KEM TRÁI CÂY: CÔNG THỨC LÀM MỚI CHO MÓN NGON ĐÔNG LẠNH

Thưởng thức 100 hương vị mát lạnh và tinh tế của Sorbet tự làm

Bách Bảo

Bản quyền Vật liệu ©2024

Tất cả Quyền Kín đáo

KHÔNG phần của cái này sách có thể là đã sử dụng hoặc truyền đi TRONG bất kì hình thức hoặc qua bất kì có nghĩa không có các thích hợp bằng văn bản bằng lòng của các nhà xuất bản Và bản quyền người sở hữu, ngoại trừ vì ngắn gọn trích dẫn đã sử dụng TRONG Một ôn tập. Cái này sách nên không là được xem xét Một thay thế vì thuộc về y học, hợp pháp, hoặc khác chuyên nghiệp khuyên bảo.

MỤC LỤC

MỤC LỤC...3
GIỚI THIỆU...7
Sorbet quả mọng..8
1. Kem dâu với bánh quy Oreo...9
2. Sorbet mâm xôi đỏ..11
3. Kem trái cây hỗn hợp...13
4. Kem dâu và hoa cúc...15
5. Kem dâu, dứa và cam...17
6. Kem chuối-dâu...19
7. Sorbet mâm xôi..21
8. Kem dâu Tristar..23
sorbet kỳ lạ...25
9. Sorbete của Jamaica...26
10. Sorbet chanh dây..28
11. Kem Kiwi..30
12. kem mộc qua..32
13. Kem ổi..34
14. Sorbet lựu gừng..36
15. Sorbet trái cây nhiệt đới...38
16. Açaí Sorbet...40
17. Sorbet Margarita nhiệt đới...42
18. Sorbet vải thiều hoa hồng..44
19. Sorbet chanh đu đủ..46
20. Sorbet chanh dây ổi...48
TRÁI CÂY TRÁI CÂY..50
21. Sorbet trái cây đá...51
22. Nàng Hồ...53
23. Sorbet bơ..55
24. Mango Sorbet...57
25. Sorbet kẹo me cay..59
26. Sorbet táo việt quất..61

27. dưa hấu tráng miệng..63
28. Kem xương rồng dứa chanh...65
29. Kem bơ chanh dây..67
30. Kem mãng cầu..69
31. Sorbet dứa tươi..71
32. Kem đào trắng...73
33. Kem lê...75
34. Kem nho Concord..77
35. Sorbet xoài quỷ dữ..79
36. Sorbet mơ..81
37. Bing anh đào Sorbet..83
38. Sorbet dưa đỏ..85
39. Sorbet anh đào..87
40. Nước ép nam việt quất..89
41. kem mật ong..91
42. Sorbet chuối của Marcel Desaulnier..93
43. Sorbet đào, mơ hoặc lê..95
44. Sorbet de Poire..97
45. Sorbet táo không đường..99
sorbet cam quýt...101
46. Sorbet bưởi..102
47. Sorbet cam quýt Yuzu..104
48. Kem chanh Oaxacan..106
49. Kem chanh giải khát...108
50. Kem chanh..110
51. Bưởi và rượu Gin Sorbet..112
52. Sorbet dưa và chanh..114
53. Sorbet chanh và tương ớt..116
54. Nước chanh hồng & kem Oreo..118
55. Kem bưởi Ruby..120
56. Sorbet cam quýt..122
57. Kem bơ sữa-chanh Sorbet...124
58. Kem tiêu cam quýt...126
59. Sorbet chanh dừa..128
60. Kem chanh..130

61. Sorbet chanh mật ong..................................132
sorbet THẢO DƯỢC & HOA.........................134
62. Kem chùm ngây & việt quất........................135
63. Sorbet Táo & Bạc Hà..................................137
64. Sorbet bình luận liên tục............................139
65. Kem chanh bơ ngâm ngò...........................141
66. Kem trà xanh...143
67. Sorbet trà Earl Grey...................................145
68. Kem trà hoa lài..147
69. Kem thảo mộc dứa.....................................149
70. Kem hoa oải hương....................................151
71. Sorbet hoa hồng..153
72. Hibiscus Sorbet...155
73. Sorbet hoa cơm cháy..................................157
sorbet hạt..159
74. Quỹ đạo hạnh nhân S.................................160
75. Sorbet với bánh gạo và nhân đậu đỏ..........162
76. quả hồ trăn...164
77. Sorbet sô cô la hạt dẻ................................166
78. Sorbet dừa điều..168
79. Sorbet quả óc chó.....................................170
sorbet có cồn..172
80. Sorbet Bellini..173
81. Sorbet dâu tây sâm panh..........................175
82. Rượu táo Sorbet và casis..........................177
83. Hibiscus-Sangria Sorbet...........................179
84. Kem cocktail sâm panh............................182
85. Cầu vồng Sorbet.......................................184
86. Sorbet chanh Daiquiri..............................186
87. Sorbet Calvados.......................................188
Sorbet rau củ...190
88. Sorbet củ cải đường..................................191
89. Sorbet cà chua và húng quế......................193
90. Sorbet dưa chuột chanh với Serrano Chile...195
91. Sorbet dán đậu đỏ....................................197

92. Sorbet ngô và cacao..199
93. Sorbet dưa chuột bạc hà..201
94. Sorbet ớt đỏ nướng...203
95. Sorbet củ cải và cam...205
Súp Sorbet..207
96. Sorbet Gazpacho..208
97. Súp gà và kem thì là...210
98. Sorbet cà rốt gừng..212
99. Nước sốt nấm...214
100. Sorbet dưa chuột dưa hấu.....................................216
PHẦN KẾT LUẬN..218

GIỚI THIỆU

Chào mừng bạn đến với "KEM TRÁI CÂY: CÔNG THỨC LÀM MỚI CHO MÓN NGON ĐÔNG LẠNH." Trong cuốn sách nấu ăn này, chúng tôi mời bạn tham gia vào cuộc hành trình với những hương vị sống động và hấp dẫn sẽ đưa bạn đến một thế giới của niềm đam mê băng giá. Sorbets, với vị trái cây thơm ngon, kết cấu dạng kem và cảm giác sảng khoái, là món ăn hoàn hảo cho những ngày hè nóng nực hoặc bất cứ lúc nào bạn thèm một món tráng miệng đông lạnh thú vị. Cho dù bạn là người đam mê kem trái cây dày dạn hay là người mới bắt đầu bước vào thế giới các món đông lạnh tự làm, cuốn sách nấu ăn này sẽ cung cấp cho bạn một bộ sưu tập các công thức nấu ăn dễ thực hiện giúp nâng cao kỹ năng làm kem trái cây của bạn và giới thiệu cho bạn những cách kết hợp hương vị thú vị. Hãy sẵn sàng đón nhận vị ngọt của thiên nhiên và bắt tay vào một cuộc phiêu lưu thú vị và ngon miệng với công thức món kem hấp dẫn của chúng tôi.

Sorbet quả mọng

1. Kem dâu với bánh quy Oreo

THÀNH PHẦN:

- 2 lon Dâu tây ngâm nước si-rô
- 2 thìa nước cốt chanh tươi
- 1 muỗng cà phê tinh chất vani
- 3 cốc dâu tây tươi cắt đôi
- 2 thìa cà phê Đường
- 2 muỗng canh giấm balsamic
- 4 bánh Oreo, vỡ vụn

HƯỚNG DẪN:

a) Cho dâu tây đóng hộp, nước cốt chanh và tinh chất vani vào máy xay sinh tố hoặc máy chế biến thực phẩm và xay cho đến khi mịn, khoảng 1 phút.

b) Chuyển hỗn hợp vào máy làm kem.

c) Xử lý theo hướng dẫn của nhà sản xuất.

d) Đặt dâu tây tươi vào tô vừa.

e) Rắc đường và trộn thật đều.

f) Thêm giấm balsamic và khuấy nhẹ nhàng. Để yên trong 15 phút, thỉnh thoảng khuấy.

g) Múc kem dâu vào bát. Chia dâu tây trên kem.

h) Đổ nước ép tích tụ trong bát lên dâu tây, sau đó rắc Oreos lên dâu tây và thưởng thức.

2. Sorbet mâm xôi đỏ

THÀNH PHẦN:

- 5 lít quả mâm xôi
- 1⅓ cốc đường
- 1 cốc xi-rô ngô
- ½ cốc rượu vodka

HƯỚNG DẪN:

a) Chuẩn bị xay nhuyễn quả mâm xôi trong máy xay thực phẩm cho đến khi mịn. Lọc qua rây để loại bỏ hạt.

b) Nấu ăn Kết hợp quả mâm xôi xay nhuyễn, đường và xi-rô ngô vào nồi 4 lít và đun sôi trên lửa vừa cao, khuấy đều để hòa tan đường. Tắt bếp, chuyển sang tô vừa và để nguội.

c) Làm lạnh Đặt đế kem vào tủ lạnh và làm lạnh ít nhất 2 giờ.

d) Đông lạnh Lấy đế kem ra khỏi tủ lạnh và thêm rượu vodka. Lấy hộp đông lạnh ra khỏi tủ đông, lắp ráp máy làm kem của bạn và bật nó lên. Đổ đế kem vào hộp và quay cho đến khi có độ đặc như kem đánh bông rất mềm.

e) Đóng gói kem vào hộp bảo quản. Ấn trực tiếp một tờ giấy da lên bề mặt và đậy kín bằng nắp đậy kín.

f) Làm đông ở phần lạnh nhất của tủ đông cho đến khi cứng lại, ít nhất 4 giờ.

3. Kem trái cây hỗn hợp

THÀNH PHẦN:
- 3 chén quả mọng hỗn hợp
- 1 cốc đường
- 2 cốc nước
- Nước ép 1 quả chanh
- ½ thìa cà phê muối kosher

HƯỚNG DẪN:

a) Trong một cái bát, trộn tất cả các loại quả mọng và đường với nhau. Để quả mọng chín ở nhiệt độ phòng trong 1 giờ cho đến khi chúng tiết ra nước.

b) Chuyển quả mọng và nước ép của chúng vào máy xay sinh tố hoặc máy chế biến thực phẩm rồi thêm nước, nước cốt chanh và muối. Xung cho đến khi kết hợp tốt. Chuyển vào hộp đựng, đậy nắp và để lạnh cho đến khi lạnh, ít nhất 2 giờ hoặc qua đêm.

c) Làm đông lạnh và khuấy trong máy làm kem theo hướng dẫn của nhà sản xuất. Để có độ đặc mềm, hãy dùng kem hấp ngay lập tức; để có độ đặc chắc hơn, hãy chuyển nó vào hộp đựng, đậy nắp và để nó cứng lại trong tủ đông từ 2 đến 3 giờ.

4. Kem dâu và hoa cúc

THÀNH PHẦN:
- $\frac{3}{4}$ cốc nước
- $\frac{1}{2}$ cốc mật ong
- 2 thìa trà nụ hoa cúc
- 15 quả dâu tây lớn, đông lạnh
- $\frac{1}{2}$ thìa cà phê thảo quả xay
- 2 thìa cà phê Lá bạc hà tươi

HƯỚNG DẪN:
a) Đun sôi nước và thêm mật ong, bạch đậu khấu và hoa cúc.
b) Tắt bếp sau 5 phút và để nguội cho đến khi thật lạnh.
c) Đặt dâu tây đông lạnh vào máy xay thực phẩm và cắt nhỏ.
d) Thêm xi-rô ướp lạnh và trộn cho đến khi rất mịn.
e) Múc ra và bảo quản trong hộp đựng trong ngăn đá tủ lạnh. Ăn kèm với lá bạc hà.

5. Kem dâu, dứa và cam

THÀNH PHẦN:
- $1\frac{1}{4}$ pound dâu tây, bỏ vỏ và cắt thành từng phần
- 1 cốc đường
- 1 cốc dứa thái hạt lựu
- $\frac{1}{2}$ cốc nước cam mới vắt
- Nước cốt 1 quả chanh nhỏ
- $\frac{1}{2}$ thìa cà phê muối kosher

HƯỚNG DẪN:
a) Trong một cái bát, trộn dâu tây và đường với nhau.
b) Để quả mọng chín ở nhiệt độ phòng cho đến khi chúng tiết ra nước, khoảng 30 phút.
c) Trong máy xay sinh tố hoặc máy chế biến thực phẩm, trộn dâu tây và nước ép của chúng với dứa, nước cam, nước cốt chanh và muối. Xay nhuyễn cho đến khi mịn.
d) Đổ hỗn hợp vào tô (nếu bạn thích kem mịn hoàn hảo, hãy đổ hỗn hợp qua lưới lọc mịn đặt trên tô), đậy nắp và để lạnh cho đến khi lạnh, ít nhất 2 giờ hoặc qua đêm.
e) Làm đông lạnh và khuấy trong máy làm kem theo hướng dẫn của nhà sản xuất.
f) Để có độ đặc mềm, hãy dùng kem hấp ngay lập tức; để có độ đặc chắc hơn, hãy chuyển nó vào hộp đựng, đậy nắp và để nó cứng lại trong tủ đông từ 2 đến 3 giờ.

6. Kem chuối-dâu

THÀNH PHẦN:
- 2 quả chuối chín
- 2 thìa nước cốt chanh
- $1\frac{1}{2}$ cốc dâu tây đông lạnh (không đường).
- $\frac{1}{2}$ cốc nước ép táo

HƯỚNG DẪN:
a) Cắt chuối thành những lát dày 1/4 inch, phủ nước cốt chanh lên chúng, đặt chúng lên khay nướng bánh quy và để đông lạnh.

b) Sau khi chuối đông lạnh, hãy xay nhuyễn chúng với các nguyên liệu còn lại trong thiết bị bạn chọn.

c) Phục vụ ngay trong cốc ướp lạnh. Thức ăn thừa không đông cứng tốt nhưng chúng tạo nên hương vị thơm ngon cho sữa chua tự làm.

7. Sorbet mâm xôi

THÀNH PHẦN:
- 4 ounce đường cát
- 1 pound quả mâm xôi tươi, rã đông nếu đông lạnh
- 1 quả chanh

HƯỚNG DẪN:
a) Cho đường vào nồi và thêm 150ml/¼ pint nước. Đun nóng nhẹ, khuấy đều cho đến khi đường tan. Tăng nhiệt và đun sôi nhanh trong khoảng 5 phút cho đến khi hỗn hợp có dạng siro.

b) Tắt bếp và để nguội.

c) Trong khi đó, cho quả mâm xôi vào máy xay thực phẩm hoặc máy xay sinh tố và xay nhuyễn cho đến khi mịn. Lọc hỗn hợp qua rây phi kim để loại bỏ hạt.

d) Vắt nước từ chanh.

e) Đổ xi-rô vào một cái bình lớn và khuấy đều quả mâm xôi và nước cốt chanh.

f) Đậy nắp và để lạnh trong khoảng 30 phút hoặc cho đến khi nguội hẳn.

g) Đổ hỗn hợp vào máy làm kem và đông lạnh theo hướng dẫn.

8. Kem dâu Tristar

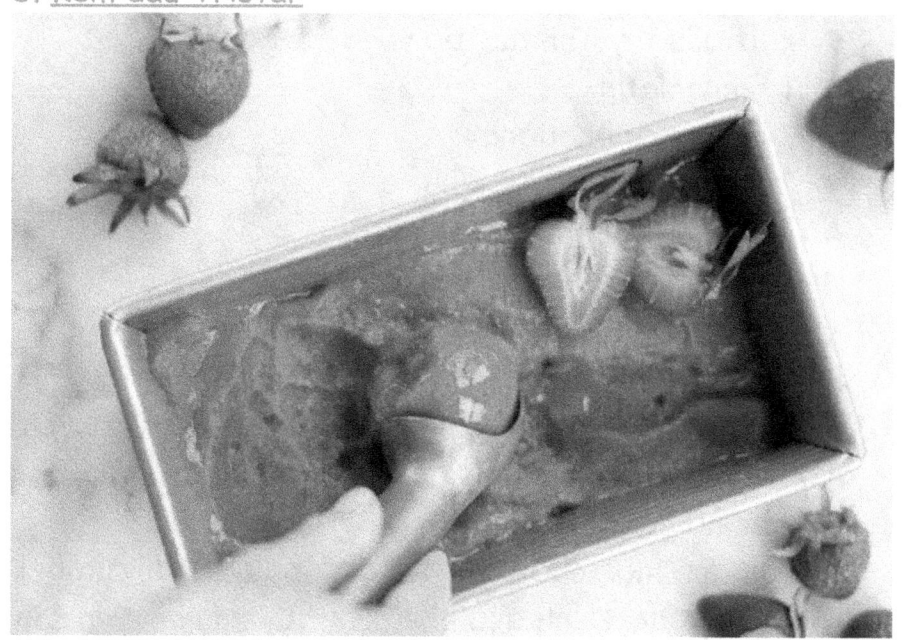

THÀNH PHẦN:

- 2 lít dâu tây Tristar, bỏ vỏ
- 1 tấm gelatin
- 2 muỗng canh đường
- 2 thìa đường
- $\frac{1}{8}$ thìa cà phê muối kosher
- $\frac{1}{8}$ muỗng cà phê axit xitric

HƯỚNG DẪN:

a) Nghiền dâu tây trong máy xay sinh tố. Lọc nhuyễn qua rây mịn cho vào tô để lọc hết hạt.

b) Làm nở gelatin.

c) Làm ấm một chút dâu tây xay nhuyễn và cho gelatin vào khuấy tan. Đánh đều phần dâu tây xay nhuyễn còn lại, glucose, đường, muối và axit citric cho đến khi mọi thứ được hòa tan hoàn toàn và hòa quyện.

d) Đổ hỗn hợp vào máy làm kem và đông lạnh theo hướng dẫn của nhà sản xuất. Tốt nhất nên vắt kem ngay trước khi phục vụ hoặc sử dụng, nhưng nó sẽ được giữ trong hộp kín trong tủ đông tối đa 2 tuần.

sorbet kỳ lạ

9. Sorbete của Jamaica

THÀNH PHẦN:
- 2½ chén lá Jamaica khô
- 1 lít nước
- ½-ounce gừng tươi, thái nhỏ 1 cốc đường
- 1 muỗng canh nước cốt chanh mới vắt
- 2 thìa canh limoncello

HƯỚNG DẪN:

a) Pha trà. Cho lá Jamaica vào nồi hoặc bát, đun sôi nước rồi đổ lên lá. Đậy nắp và ngâm trong 15 phút. Lọc trà và loại bỏ lá Jamaica.

b) Làm đế kem. Cho gừng vào máy xay, thêm 1 tách trà và xay cho đến khi nhuyễn hoàn toàn, trong 1-2 phút. Thêm 1-½ tách trà nữa và trộn lại.

c) Đổ đế kem vào nồi, thêm đường vào, đun sôi, khuấy đều cho đường tan. Nhấc nồi ra khỏi bếp ngay khi đế kem sôi. Khuấy nước cốt chanh và để nguội. Làm lạnh đế cho đến khi đạt tới 60°F.

d) Làm đông lạnh kem. Thêm limoncello vào đế đã nguội và đổ vào máy làm kem. Làm đông lạnh theo hướng dẫn của nhà sản xuất cho đến khi đông cứng nhưng vẫn nhão, khoảng 20-30 phút.

10. Sorbet chanh dây

THÀNH PHẦN:
- 1 thìa cà phê bột gelatin
- 2 quả chanh
- 9 ounce đường cát
- 8 quả chanh dây

HƯỚNG DẪN:
a) Đong 2 thìa nước vào tô hoặc cốc nhỏ, rắc gelatin lên trên và để yên trong 5 phút. Vắt nước từ chanh.
b) Cho đường vào nồi và thêm 300ml/½ pint nước. Đun nóng nhẹ, khuấy đều cho đến khi đường tan. Tăng nhiệt và đun sôi nhanh trong khoảng 5 phút cho đến khi hỗn hợp có dạng siro.
c) Tắt bếp, thêm nước cốt chanh rồi cho gelatin vào khuấy đều cho đến khi tan.
d) Cắt đôi quả chanh dây và dùng thìa nhỏ múc hạt và bã vào trong xi-rô. Để lại mat.
e) Đậy nắp và để lạnh ít nhất 30 phút hoặc cho đến khi nguội hẳn.
f) Cho xi-rô đã nguội qua rây phi kim loại để loại bỏ hạt.
g) Đổ hỗn hợp vào máy làm kem và đông lạnh theo hướng dẫn.
h) Chuyển sang thùng chứa thích hợp và đông lạnh cho đến khi cần thiết.

11. Kem Kiwi

THÀNH PHẦN:
- 8 quả kiwi
- 1⅓ cốc xi-rô đơn giản
- 4 thìa nước cốt chanh tươi

HƯỚNG DẪN:
a) Gọt vỏ Kiwi. Purée trong máy chế biến thực phẩm. Bạn nên có khoảng 2 cốc bột nhuyễn.
b) Khuấy xi-rô đơn giản và nước chanh.
c) Đổ hỗn hợp vào tô của máy làm kem và để đông. Hãy làm theo hướng dẫn sử dụng của nhà sản xuất.

12. kem mộc qua

THÀNH PHẦN:
- 1,5 pound mộc qua chín (khoảng 4 quả nhỏ đến vừa)
- 6 cốc nước
- 1 miếng quế Mexico (3 inch)
- ¾ cốc đường
- Nước cốt của ½ quả chanh
- Một chút muối kosher

HƯỚNG DẪN:
a) Gọt vỏ, làm tư và bỏ lõi mộc qua.
b) Cho các miếng vào nồi rồi thêm nước, quế và đường.
c) Nấu, không đậy nắp, trên lửa vừa, thỉnh thoảng khuấy cho đến khi mộc qua thật mềm, khoảng 30 phút, đảm bảo hỗn hợp luôn ở mức sôi và không bao giờ sôi.
d) Tắt bếp, đậy nắp và để nguội trong 2 đến 3 giờ; màu sắc sẽ tối hơn trong thời gian này.
e) Loại bỏ và loại bỏ quế. Cho hỗn hợp mộc qua vào máy xay sinh tố, thêm nước cốt chanh và muối rồi xay nhuyễn cho đến khi mịn.
f) Đổ hỗn hợp qua lưới lọc mịn đặt trên một cái bát. Đậy nắp và để lạnh cho đến khi lạnh, ít nhất 2 giờ hoặc qua đêm.
g) Làm đông lạnh và khuấy trong máy làm kem theo hướng dẫn của nhà sản xuất.
h) Để có độ đặc mềm, hãy dùng kem hấp ngay lập tức; để có độ đặc chắc hơn, hãy chuyển nó vào hộp đựng, đậy nắp và để nó cứng lại trong tủ đông trong 2 đến 3 giờ

13. Kem ổi

THÀNH PHẦN:

- 1 tấm gelatin
- 325 g mật ổi [$1\frac{1}{4}$ cốc]
- 100 g đường [$\frac{1}{4}$ cốc]
- 0,25 g nước cốt chanh [$\frac{1}{8}$ thìa cà phê]
- 1 g muối kosher [$\frac{1}{4}$ thìa cà phê]

HƯỚNG DẪN:

a) Làm nở gelatin.

b) Đun nóng một ít mật ổi rồi cho gelatin vào khuấy tan. Đánh đều phần mật ổi còn lại, đường glucose, nước cốt chanh và muối cho đến khi mọi thứ hòa tan hoàn toàn và hòa quyện.

c) Đổ hỗn hợp vào máy làm kem và đông lạnh theo hướng dẫn của nhà sản xuất. Tốt nhất nên vắt kem ngay trước khi phục vụ hoặc sử dụng, nhưng nó sẽ được giữ trong hộp kín trong tủ đông tối đa 2 tuần.

14. Sorbet lựu gừng

THÀNH PHẦN:
- 1 cốc đường cát
- ½ cốc nước
- 1 muỗng canh gừng tươi thái nhỏ
- 2 cốc nước ép lựu 100%
- ¼ cốc rượu mùi St. Germain tùy chọn

TRÌNH BÀY:
- hạt lựu tươi tùy chọn

HƯỚNG DẪN:

a) Cho đường, nước và gừng vào nồi nhỏ. Đun sôi, giảm nhiệt và đun nhỏ lửa, thỉnh thoảng khuấy cho đến khi đường tan hoàn toàn. Chuyển vào hộp đựng, đậy nắp và để nguội hoàn toàn trong tủ lạnh. Quá trình này sẽ mất ít nhất 20 đến 30 phút hoặc lâu hơn.

b) Sau khi xi-rô đơn giản đã nguội, lọc xi-rô qua rây mịn đặt trên một tô trộn lớn. Bỏ đi những miếng gừng. Thêm nước ép lựu và rượu mùi St. Germain vào tô cùng với xi-rô. Đánh đều với nhau.

c) Cho hỗn hợp vào máy làm kem theo hướng dẫn của nhà sản xuất. Kem đã sẵn sàng khi nó có kết cấu giống như một lớp bùn dày.

d) Chuyển kem vào hộp kín, bọc bề mặt bằng màng bọc thực phẩm và để đông trong 4 đến 6 giờ hoặc lý tưởng nhất là qua đêm. Phục vụ và trang trí với các hạt lựu tươi.

15. Sorbet trái cây nhiệt đới

THÀNH PHẦN:
- 8 ounce trái cây hỗn hợp cắt nhỏ, chẳng hạn như xoài, đu đủ và dứa
- 5½ ounce đường bột
- 1 muỗng canh nước cốt chanh

HƯỚNG DẪN:
a) Cho trái cây vào máy xay thực phẩm hoặc máy xay sinh tố. Thêm đường, nước cốt chanh và 7 ounce nước. Nghiền nhuyễn cho đến khi mịn.

b) Chuyển vào bình, đậy nắp và để lạnh trong khoảng 30 phút hoặc cho đến khi nguội hẳn.

c) Đổ hỗn hợp vào máy làm kem và đông lạnh theo hướng dẫn.

d) Chuyển sang thùng chứa thích hợp và đông lạnh cho đến khi cần thiết.

16. Açaí Sorbet

THÀNH PHẦN:
- 2 cốc quả việt quất tươi
- chanh
- 14 ounce nước ép Açaí berry nguyên chất không đường đông lạnh
- ½ cốc đường
- ⅔ cốc nước

HƯỚNG DẪN:
a) Bật bếp ở mức vừa và cho nước vào nồi nhỏ đun sôi. Khi sôi thì đổ đường vào khuấy đều cho đường tan hoàn toàn.

b) Sau khi đường tan hết, bắc chảo ra khỏi bếp và cho chút vỏ chanh vào khuấy đều. Để phần này sang một bên cho nguội trong khi bạn xử lý các phần khác của kem.

c) Lấy máy xay ra và cho cùi quả Açaí, quả việt quất và 2 thìa nước cốt chanh vào. Nhấn nút "pha trộn" và xay nhuyễn hỗn hợp này cho đến khi mịn và mịn.

d) Bây giờ, thêm đường và nước vôi vào máy xay và nhấn nút "pha trộn" lần nữa.

e) Bây giờ hỗn hợp đã được trộn hoàn hảo, hãy mở máy làm kem và đổ vào tô. Đun khoảng 30 phút hoặc cho đến khi kem đặc lại.

f) Chuyển kem vào hộp đựng và cho vào tủ đông. Phải mất ít nhất 2 giờ để nó cứng lại. Vào thời điểm đó, bạn có thể tự thưởng cho mình một ít kem hấp!

17. Sorbet Margarita nhiệt đới

THÀNH PHẦN:
- 1 cốc đường
- 1 cốc nước ép chanh dây
- 1½ pound xoài chín, gọt vỏ, bỏ hạt và cắt hạt lựu
- Vỏ bào của 2 quả chanh
- 2 muỗng canh rượu tequila Blanco (trắng)
- 1 muỗng canh rượu mùi cam
- 1 muỗng canh xi-rô ngô nhẹ
- ½ thìa cà phê muối kosher

HƯỚNG DẪN:

a) Trong một cái chảo nhỏ, trộn đường và chanh dây xay nhuyễn.

b) Đun sôi trên lửa vừa, khuấy đều để hòa tan

c) đường. Tắt bếp và để nguội.

d) Trong máy xay sinh tố, trộn hỗn hợp chanh dây, xoài cắt khối, vỏ chanh, rượu tequila, rượu mùi cam, xi-rô ngô và muối. Xay nhuyễn cho đến khi mịn. Đổ hỗn hợp vào tô, đậy nắp và để lạnh cho đến khi lạnh, ít nhất 4 giờ hoặc qua đêm.

e) Làm đông lạnh và khuấy trong máy làm kem theo hướng dẫn của nhà sản xuất. Để có độ đặc mềm (theo ý kiến của tôi là tốt nhất), hãy dùng kem hấp ngay lập tức; để có độ đặc chắc hơn, hãy chuyển nó vào hộp đựng, đậy nắp và để nó cứng lại trong tủ đông từ 2 đến 3 giờ.

18. Sorbet vải thiều hoa hồng

THÀNH PHẦN:
- 2 chén trái vải thiều đóng hộp, để ráo nước
- ½ cốc đường
- ¼ cốc nước
- 2 muỗng canh nước hoa hồng
- Nước ép 1 quả chanh

HƯỚNG DẪN:

a) Trong máy xay sinh tố hoặc máy chế biến thực phẩm, kết hợp quả vải, đường, nước, nước hoa hồng và nước cốt chanh. Xay đến khi mịn.

b) Đổ hỗn hợp vào máy làm kem và khuấy theo hướng dẫn của nhà sản xuất.

c) Sau khi khuấy, chuyển kem vào hộp có nắp đậy và đông lạnh trong vài giờ để cứng lại.

d) Phục vụ món kem hoa hồng vải thiều trong bát hoặc ly ướp lạnh để có một món tráng miệng tinh tế và đầy hoa.

19. Sorbet chanh đu đủ

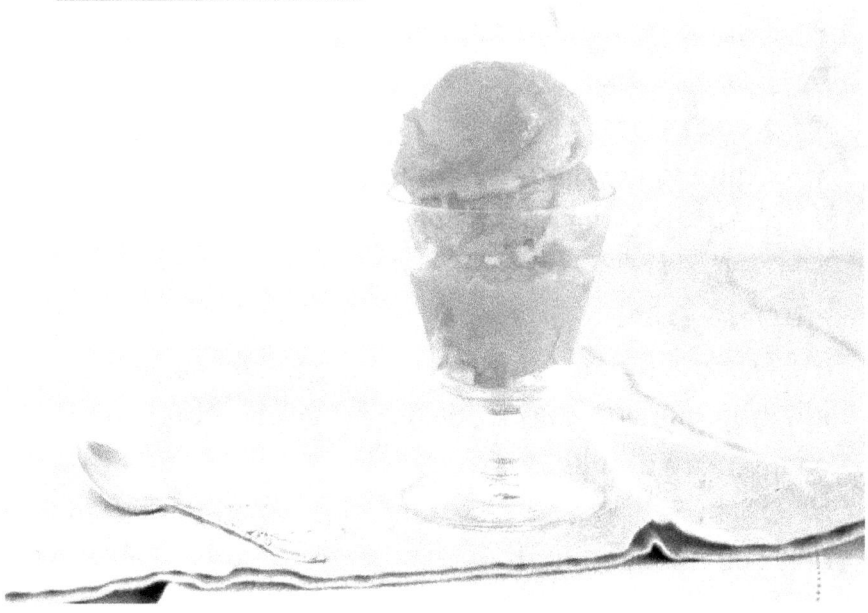

THÀNH PHẦN:
- 2 chén đu đủ chín, gọt vỏ và thái hạt lựu
- ½ cốc đường
- ¼ cốc nước
- Nước ép của 2 quả chanh
- Vỏ chanh để trang trí (tùy chọn)

HƯỚNG DẪN:
a) Trong máy xay sinh tố hoặc máy chế biến thực phẩm, kết hợp đu đủ thái hạt lựu, đường, nước và nước cốt chanh. Xay đến khi mịn.

b) Đổ hỗn hợp vào máy làm kem và khuấy theo hướng dẫn của nhà sản xuất.

c) Sau khi khuấy, chuyển kem vào hộp có nắp đậy và đông lạnh trong vài giờ để cứng lại.

d) Phục vụ kem chanh đu đủ trong bát hoặc ly ướp lạnh.

e) Trang trí với vỏ chanh, nếu muốn, để có một món tráng miệng sảng khoái và thơm ngon.

20. Sorbet chanh dây ổi

THÀNH PHẦN:
- 2 chén bột ổi (tươi hoặc đông lạnh)
- ½ cốc cùi chanh dây (tươi hoặc đông lạnh)
- ½ cốc đường
- Nước ép 1 quả chanh

HƯỚNG DẪN:

a) Trong máy xay sinh tố hoặc máy chế biến thực phẩm, trộn bột ổi, bột chanh dây, đường và nước cốt chanh. Xay đến khi mịn.

b) Đổ hỗn hợp vào máy làm kem và khuấy theo hướng dẫn của nhà sản xuất.

c) Sau khi khuấy, chuyển kem vào hộp có nắp đậy và đông lạnh trong vài giờ để cứng lại.

d) Phục vụ món kem chanh dây ổi trong bát hoặc ly ướp lạnh để có món tráng miệng nhiệt đới ngọt ngào và thơm ngon.

TRÁI CÂY TRÁI CÂY

21. Sorbet trái cây đá

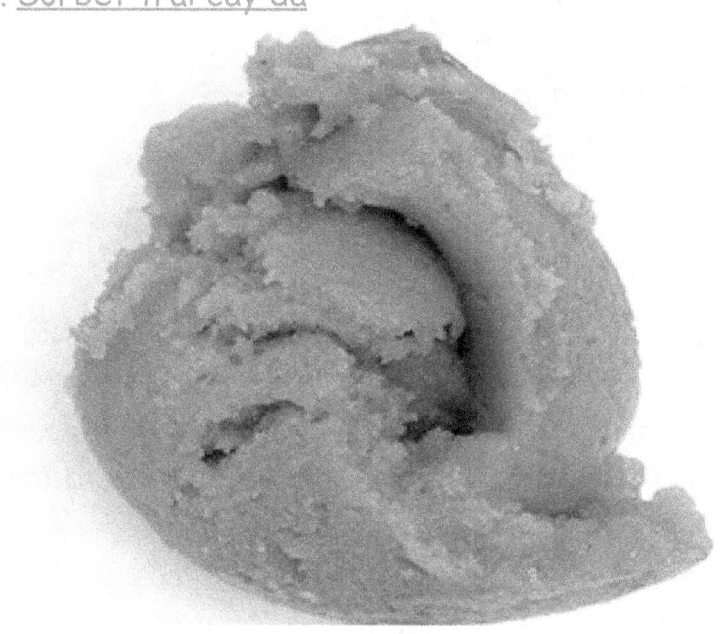

THÀNH PHẦN:

- 2 pound quả đá, bỏ hạt
- ⅔ cốc đường
- ⅓ cốc xi-rô ngô nhạt
- ¼ cốc vodka hoa quả bằng đá

HƯỚNG DẪN:

a) Chuẩn bị Xay nhuyễn trái cây trong máy xay thực phẩm cho đến khi mịn.

b) Nấu ăn Cho trái cây xay nhuyễn, đường và xi-rô ngô vào nồi 4 lít rồi đun nhỏ lửa, khuấy đều để đường tan. Tắt bếp, chuyển sang tô vừa và để nguội.

c) Làm lạnh Lọc hỗn hợp qua rây vào một cái bát khác. Đặt vào tủ lạnh và để lạnh ít nhất 2 giờ.

d) Đông lạnh Lấy đế kem ra khỏi tủ lạnh và khuấy rượu vodka vào. Lấy hộp đông lạnh ra khỏi tủ đông, lắp ráp máy làm kem của bạn và bật nó lên. Đổ đế kem vào hộp và quay cho đến khi có độ đặc như kem đánh bông rất mềm.

e) Đóng gói kem vào hộp bảo quản. Ấn trực tiếp một tờ giấy da lên bề mặt và đậy kín bằng nắp đậy kín. Làm đông ở phần lạnh nhất của tủ đông cho đến khi cứng lại, ít nhất 4 giờ.

22. Nàng Hồ

THÀNH PHẦN:
- $\frac{1}{4}$ cốc vodka hoặc rượu gin
- 2 thìa kem ngọt
- Muỗng 4 ounce đá trái cây Sorbet
- 1 thanh kiếm cocktail

HƯỚNG DẪN:

a) Lắc vodka và kem trong máy lắc cho đến khi kem vừa tan chảy và hòa quyện.

b) Đặt muỗng kem vào ly ướp lạnh.

c) Đổ vodka xung quanh nó và phục vụ.

23. Sorbet bơ

THÀNH PHẦN:
- 1 ½ cốc chuyển hướng
- 4 cốc sữa hạnh nhân, không đường
- 4 quả bơ chín, gọt vỏ, bỏ hạt và băm nhỏ
- 2 thìa cà phê chiết xuất xoài
- 1 thìa cà phê muối biển, mịn
- 4 thìa nước cốt chanh

HƯỚNG DẪN:
a) Trộn tất cả các thành phần trong máy xay cho đến khi chúng hoàn toàn mịn.

b) Đổ hỗn hợp vào nửa máy làm kem và chế biến theo hướng dẫn của nhà sản xuất.

24. Mango Sorbet

THÀNH PHẦN:

- nước ép của 1 quả chanh
- nước ép của ½ quả cam
- ½ chén đường siêu mịn
- 2 quả xoài chín lớn
- 1 lòng trắng trứng lớn, đánh bông

HƯỚNG DẪN:

a) Trộn nước trái cây với đường. Gọt vỏ và bỏ hạt xoài, sau đó xay thịt thành bột nhuyễn trong máy xay. Chuyển sang tô lớn và khuấy đều nước ép trái cây. Cho lòng trắng trứng đã đánh bông vào.

b) Đổ vào máy làm kem và chế biến theo hướng dẫn của nhà sản xuất, hoặc đổ vào hộp đông lạnh và đông lạnh bằng phương pháp trộn tay.

c) Khi kem đã cứng lại, hãy đông lạnh nó trong hộp đông lạnh trong 15 phút hoặc cho đến khi sẵn sàng phục vụ. Nếu cần, hãy lấy nó ra khỏi tủ đông trong 5 đến 10 phút trước khi dùng để làm mềm. Ăn riêng hoặc với vài lát xoài và một ít nước sốt mâm xôi.

d) Món kem này tốt nhất nên ăn tươi, nhưng nó có thể để đông lạnh tới 1 tháng.

25. Sorbet keo me cay

THÀNH PHẦN:

- 2 ounce vỏ me
- 1 cốc nước, cộng thêm nếu cần
- 1 cốc đường
- 1 thìa cà phê muối kosher
- 2 đến 3 muỗng cà phê piquín hoặc ớt árbol xay
- 3 ounce kẹo me mềm, xé thành từng miếng
- Chamoy (tùy chọn), đổ lên trên

HƯỚNG DẪN:

a) Bóc vỏ quả me và loại bỏ chúng cùng với những sợi xơ. Cho bã me và nước vào nồi vừa trên lửa vừa và đun sôi. Giảm nhiệt và đun nhỏ lửa, thỉnh thoảng khuấy cho đến khi me mềm, khoảng 30 phút. Để nguội.

b) Lọc hỗn hợp qua lưới lọc mịn đặt trên tô, tiết kiệm cả bã và chất lỏng. Đo chất lỏng, thêm nhiều nước hơn để tạo thành 3 cốc rưỡi. Đổ chất lỏng vào nồi, thêm đường vào nấu, khuấy liên tục cho đến khi đường tan.

c) Lọc bã me qua rây (dùng tay sẽ lộn xộn nhưng đó là cách tốt nhất) rồi cho vào nồi. Khuấy muối và 1 thìa cà phê ớt, nếm thử và thêm nhiều hơn cho đến khi hỗn hợp đủ nhiệt, lưu ý rằng vị cay sẽ giảm đi một chút khi kem đông lạnh. Đậy nắp và để lạnh trong ít nhất 4 giờ hoặc qua đêm cho đến khi lạnh.

d) Làm đông lạnh và khuấy trong máy làm kem theo hướng dẫn của nhà sản xuất. Khi kẹo đã đông cứng một phần, hãy thêm kẹo vào, sau đó tiếp tục chế biến cho đến khi đông cứng. Chuyển vào hộp, đậy nắp và để cứng trong tủ đông trong 2 đến 3 giờ. Ăn kèm với sơn dương nếu muốn.

26. Sorbet táo việt quất

THÀNH PHẦN:
- 2 quả táo vàng ngon,
- Bóc vỏ,
- Bỏ lõi và cắt nhỏ
- 2 cốc nước ép nam việt quất

HƯỚNG DẪN:
e) Trong một cái chảo cỡ vừa, trộn táo và nước trái cây. Đun nóng đến sôi.

f) Giảm nhiệt để đun sôi, đậy nắp và nấu trong 20 phút hoặc cho đến khi táo rất mềm.

g) Khám phá và đặt sang một bên để nguội đến nhiệt độ phòng.

h) Trong máy xay thực phẩm hoặc máy xay sinh tố, xay nhuyễn táo và nước ép cho đến khi mịn.

i) Đổ vào máy làm kem và chế biến thành kem theo hướng dẫn của nhà sản xuất. (đi đến 9.) HOẶC 6. Nếu không sử dụng máy làm kem, hãy đổ hỗn hợp nhuyễn vào chảo vuông 9 inch. Đậy nắp và để đông lạnh cho đến khi đông cứng một phần - khoảng 2 giờ.

j) Trong khi đó, làm lạnh một tô lớn và máy đánh trứng bằng máy trộn điện.

k) Cho hỗn hợp xay nhuyễn vào tô ướp lạnh và đánh ở tốc độ thấp cho đến khi các miếng vỡ ra, sau đó đánh ở tốc độ cao cho đến khi mịn và bông -- khoảng 1 phút.

l) Gói kem vào hộp đông lạnh và đông lạnh vài giờ trước khi dùng.

27. dưa hấu tráng miệng

THÀNH PHẦN:
- 1 ½ pound dưa hấu, cân không có hạt hoặc vỏ
- 1 ¼ chén đường cát
- 2 thanh quế
- 2 muỗng canh hạt rau mùi, nghiền nát
- 3 thìa nước cốt chanh

HƯỚNG DẪN:
a) Cắt thịt dưa hấu thành dạng nhuyễn.

b) Trong một cái chảo có đáy dày, hòa tan đường với 2 cốc nước. Thêm que quế và hạt rau mùi vào đun sôi trong 5 phút. Đậy nắp và để ngấm cho đến khi nguội.

c) Lọc xi-rô vào dưa hấu xay nhuyễn và khuấy đều với nước cốt chanh. Đổ hỗn hợp vào thùng chứa. Đậy nắp và đông lạnh cho đến khi cứng lại, đập 3 lần trong khoảng thời gian 45 phút.

d) Khoảng 30 phút trước khi dùng, chuyển kem vào tủ lạnh.

28. Kem xương rồng dứa chanh

THÀNH PHẦN:

- ¾ pound cánh xương rồng (nopales), đã làm sạch
- 1½ chén muối biển thô
- ¼ cốc nước cốt chanh mới vắt
- 1½ chén dứa thái hạt lựu (khoảng ½ quả dứa)
- 1 cốc đường
- ¾ cốc nước
- 2 thìa mật ong

HƯỚNG DẪN:

a) Cắt các cánh xương rồng đã được làm sạch thành các hình vuông khoảng 1 inch. Trong một cái bát, trộn xương rồng với muối.

b) Đặt ở nhiệt độ phòng trong 1 giờ; muối sẽ chiết xuất chất nhờn tự nhiên từ cây xương rồng.

c) Chuyển cây xương rồng vào một cái chao và rửa sạch dưới vòi nước lạnh để loại bỏ hết muối và chất nhờn. Thoát nước tốt.

d) Trong máy xay sinh tố, xay nhuyễn xương rồng, nước cốt chanh, dứa, đường, nước và mật ong cho đến khi mịn.

e) Đổ hỗn hợp vào tô, đậy nắp và để trong tủ lạnh cho đến khi lạnh, ít nhất 2 giờ hoặc tối đa 5 giờ.

f) Làm đông lạnh và khuấy trong máy làm kem theo hướng dẫn của nhà sản xuất.

g) Để có độ đặc mềm, hãy dùng kem hấp ngay lập tức; để có độ đặc chắc hơn, hãy chuyển nó vào hộp đựng, đậy nắp và để nó cứng lại trong tủ đông từ 2 đến 3 giờ.

29. Kem bơ chanh dây

THÀNH PHẦN:
- 2 cốc nước ép chanh dây tươi hoặc đông lạnh đã rã đông
- ¾ cốc cộng thêm 2 thìa đường
- 2 quả bơ chín nhỏ
- ½ thìa cà phê muối kosher
- 1 muỗng canh nước cốt chanh mới vắt

HƯỚNG DẪN:

a) Trong một cái chảo nhỏ, trộn chanh dây xay nhuyễn và đường.

b) Nấu trên lửa vừa cao, khuấy đều cho đến khi đường tan.

c) Tắt bếp và để nguội đến nhiệt độ phòng.

d) Cắt bơ làm đôi theo chiều dọc. Loại bỏ hạt và múc thịt vào máy xay sinh tố hoặc máy chế biến thực phẩm.

e) Thêm hỗn hợp chanh dây đã nguội và muối vào rồi xay cho đến khi mịn, cạo dọc thành bình hoặc bát máy xay nếu cần.

f) Thêm nước cốt chanh vào và xay cho đến khi hòa quyện. Đổ hỗn hợp vào tô, đậy nắp và để trong tủ lạnh cho đến khi lạnh, khoảng 2 giờ.

g) Làm đông lạnh và khuấy trong máy làm kem theo hướng dẫn của nhà sản xuất.

h) Để có độ đặc mềm, hãy dùng kem hấp ngay lập tức; để có độ đặc chắc hơn, hãy chuyển nó vào hộp đựng, đậy nắp và để cứng trong tủ đông trong 2 đến 3 giờ.

30. Kem mãng cầu

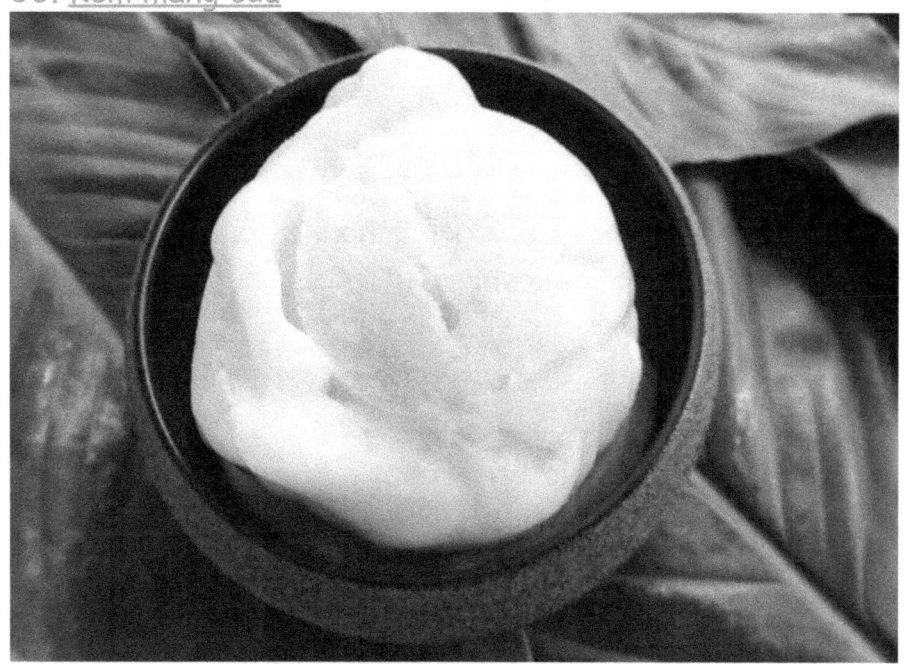

THÀNH PHẦN:
- 3 chén bột mãng cầu tươi (từ 1 quả lớn hoặc 2 quả nhỏ)
- 1 cốc đường
- ⅔ cốc nước
- 1 muỗng canh nước cốt chanh mới vắt
- Một chút muối kosher

HƯỚNG DẪN:
a) Dùng một con dao lớn cắt mãng cầu làm đôi theo chiều dọc. Dùng thìa múc thịt và hạt cho vào cốc đong; bạn cần tổng cộng 3 cốc. Loại bỏ da.

b) Trong một cái bát, trộn mãng cầu xiêm và đường rồi dùng thìa gỗ trộn đều, bẻ nhỏ trái cây càng nhiều càng tốt. Khuấy nước, nước cốt chanh và muối.

c) Đậy nắp và để lạnh cho đến khi lạnh, ít nhất 2 giờ hoặc qua đêm.

d) Làm đông lạnh và khuấy trong máy làm kem theo hướng dẫn của nhà sản xuất.

e) Để có độ đặc mềm, hãy dùng kem hấp ngay lập tức; để có độ đặc chắc hơn, hãy chuyển nó vào hộp đựng, đậy nắp và để cứng trong tủ đông trong 2 đến 3 giờ.

31. Sorbet dứa tươi

THÀNH PHẦN:

- 1 quả dứa Hawaii chín nhỏ
- 1 cốc xi-rô đơn giản
- 2 thìa nước cốt chanh tươi

HƯỚNG DẪN:

a) Gọt vỏ, bỏ lõi và cắt miếng dứa.

b) Đặt các khối vào máy xay thực phẩm và chế biến cho đến khi thật mịn và nổi bọt.

c) Khuấy xi-rô đơn giản và nước chanh.

d) Nếm thử và thêm nhiều xi-rô hoặc nước trái cây nếu cần.

e) Đổ hỗn hợp vào tô của máy làm kem và để đông.

f) Hãy làm theo hướng dẫn sử dụng của nhà sản xuất.

32. Kem đào trắng

THÀNH PHẦN:
- 5 quả đào chín trắng
- 1 tấm gelatin
- ¼ cốc đường
- ½ thìa cà phê muối kosher
- ⅛ muỗng cà phê axit xitric

HƯỚNG DẪN:

a) Cắt đôi quả đào và cho vào hố. Cho chúng vào máy xay và xay nhuyễn cho đến khi mịn và đồng nhất, từ 1 đến 3 phút.

b) Cho hỗn hợp nhuyễn qua rây mịn vào tô vừa.

c) Dùng muôi hoặc thìa ấn phần cặn của máy xay nhuyễn để chiết được càng nhiều nước càng tốt; bạn chỉ nên loại bỏ một vài thìa chất rắn.

d) Làm nở gelatin.

e) Đun nóng một ít đào xay nhuyễn và cho gelatin vào khuấy tan. Đánh đều phần đào xay nhuyễn còn lại, glucose, muối và axit xitric cho đến khi mọi thứ được hòa tan và kết hợp hoàn toàn.

f) Đổ hỗn hợp vào máy làm kem và đông lạnh theo hướng dẫn của nhà sản xuất.

g) Tốt nhất nên vắt kem ngay trước khi phục vụ hoặc sử dụng, nhưng nó sẽ được giữ trong hộp kín trong tủ đông tối đa 2 tuần.

33. Kem lê

THÀNH PHẦN:
- 1 tấm gelatin
- 2⅓ cốc lê xay nhuyễn
- 2 muỗng canh đường
- 1 muỗng canh nước ép hoa cơm cháy
- ⅛ thìa cà phê muối kosher
- ⅛ muỗng cà phê axit xitric

HƯỚNG DẪN:
a) Làm nở gelatin.

b) Đun nóng một ít lê xay nhuyễn rồi cho gelatin vào đánh tan. Đánh đều phần lê xay nhuyễn còn lại, đường glucose, nước ép hoa cơm cháy, muối và axit xitric cho đến khi mọi thứ được hòa tan hoàn toàn và hòa quyện.

c) Đổ hỗn hợp vào máy làm kem và đông lạnh theo hướng dẫn của nhà sản xuất. Tốt nhất nên vắt kem ngay trước khi phục vụ hoặc sử dụng, nhưng nó sẽ được giữ trong hộp kín trong tủ đông tối đa 2 tuần.

34. Kem nho Concord

THÀNH PHẦN:

- 1 tấm gelatin
- ½ khẩu phần nước ép nho Concord
- 200 g đường [½ cốc]
- 2 g axit xitric [½ thìa cà phê]
- 1 g muối kosher [¼ thìa cà phê]

HƯỚNG DẪN:

a) Làm nở gelatin.

b) Đun nóng một ít nước nho và cho gelatin vào khuấy tan. Đánh đều phần nước nho còn lại, đường glucose, axit xitric và muối cho đến khi mọi thứ hòa tan hoàn toàn và hòa quyện.

c) Đổ hỗn hợp vào máy làm kem và đông lạnh theo hướng dẫn của nhà sản xuất. Tốt nhất nên vắt kem ngay trước khi phục vụ hoặc sử dụng, nhưng nó sẽ được giữ trong hộp kín trong tủ đông tối đa 2 tuần.

35. Sorbet xoài quỷ dữ

THÀNH PHẦN:

- ⅓ cốc nước
- 1 cốc đường
- 2 quả ớt piquin
- 5¾ chén xoài chín, gọt vỏ, bỏ hạt và thái hạt lựu
- Nước ép 1 quả chanh
- ¾ thìa cà phê muối kosher
- 1 muỗng cà phê ớt piquín hoặc ớt cayenne

HƯỚNG DẪN:

a) Trong một cái chảo nhỏ, kết hợp nước và đường. Đun sôi trên lửa vừa, khuấy đều để hòa tan đường. Tắt bếp, cho toàn bộ ớt vào khuấy đều và để nguội trong 1 giờ.

b) Loại bỏ ớt khỏi xi-rô đường. Trong máy xay sinh tố, kết hợp xi-rô đường và xoài thái hạt lựu rồi xay nhuyễn cho đến khi mịn. Thêm nước cốt chanh, muối và ớt xay vào rồi trộn đều.

c) Nếm thử hỗn hợp xay nhuyễn và nếu muốn, trộn thêm ớt xay, lưu ý rằng sau khi đông lạnh, kem sẽ có vị bớt cay hơn một chút.

d) Đổ hỗn hợp qua lưới lọc mịn đặt trên một cái bát. Đậy nắp và để lạnh cho đến khi lạnh, ít nhất 4 giờ hoặc qua đêm.

e) Làm đông lạnh và khuấy trong máy làm kem theo hướng dẫn của nhà sản xuất.

f) Để có độ đặc mềm, hãy dùng kem hấp ngay lập tức; để có độ đặc chắc hơn, hãy chuyển nó vào hộp đựng, đậy nắp và để nó cứng lại trong tủ đông từ 2 đến 3 giờ.

36. Sorbet mơ

THÀNH PHẦN:
- $\frac{3}{4}$ cân mơ rất chín đã gọt vỏ và bỏ hột
- Nước ép của 1 quả chanh lớn
- $\frac{1}{2}$ chén đường cát

HƯỚNG DẪN:
a) Nghiền nhuyễn quả mơ vào tô. Thêm nước cốt chanh và đánh đường bằng máy đánh trứng.

b) Đổ vào hộp, đậy nắp và đông lạnh cho đến khi cứng lại, đập 3 lần trong khoảng thời gian 45 phút.

c) Khoảng 30 phút trước khi dùng, chuyển kem vào tủ lạnh.

37. Bing anh đào Sorbet

THÀNH PHẦN:

- 2 lon anh đào Bing đen ngọt rỗ
- 4 thìa nước cốt chanh tươi
- Đóng băng một hộp anh đào chưa mở cho đến khi đông cứng, khoảng 18 giờ.

HƯỚNG DẪN:

a) Nhúng hộp vào nước nóng trong 1 đến 2 phút.
b) Mở và đổ xi-rô vào tô chế biến thực phẩm.
c) Đặt trái cây lên bề mặt cắt và cắt thành từng miếng.
d) Thêm vào bát và xay nhuyễn cho đến khi mịn.
e) Thêm nước cốt chanh và xay cho đến khi trộn kỹ.
f) Đậy nắp và đông lạnh cho đến khi sẵn sàng phục vụ, tối đa 8 giờ.

38. Sorbet dưa đỏ

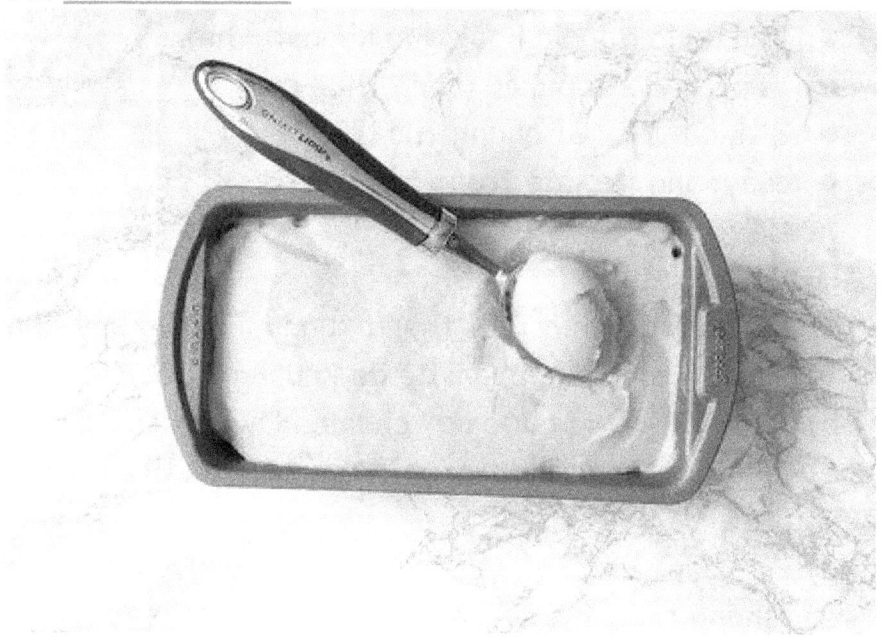

THÀNH PHẦN:

- 1 quả dưa đỏ vừa hoặc dưa khác, bỏ hạt
- 1 cốc xi-rô đơn giản (công thức sau)
- 2 thìa nước cốt chanh tươi
- quả mọng tươi để trang trí

HƯỚNG DẪN:

a) Cắt dưa đỏ chín tươi thành từng miếng và xay nhuyễn trong máy xay thực phẩm để đo khoảng 3 cốc.

b) Khuấy xi-rô và nước cốt chanh. Hãy nếm thử cẩn thận.

c) Nếu dưa chưa chín hoàn toàn, bạn có thể thêm một chút xi-rô.

d) Đậy nắp và đông lạnh trái cây xay nhuyễn trong khay đá [chúng tôi cần 2,5 khay].

e) Khi đông lạnh, đặt nhiều khối cùng một lúc vào máy xay thực phẩm và xay nhuyễn cho đến khi mịn.

f) Xử lý bao nhiêu khối tùy thích và tận hưởng!

39. Sorbet anh đào

THÀNH PHẦN:

- Ba lon anh đào Bing 16 ounce ngâm trong xi-rô đậm đặc
- 2 cốc xi-rô đơn giản
- $\frac{1}{4}$ cốc nước chanh tươi
- $\frac{1}{4}$ cốc nước

HƯỚNG DẪN:

a) Để ráo quả anh đào, để lại 2 thìa xi-rô. Đưa quả anh đào qua máy xay thực phẩm.

b) Khuấy xi-rô anh đào, xi-rô đơn giản, nước chanh và nước.

c) Đổ hỗn hợp vào tô của máy làm kem và để đông. Hãy làm theo hướng dẫn sử dụng của nhà sản xuất.

40. Nước ép nam việt quất

THÀNH PHẦN:
- 3 cốc cộng với 6 thìa nước ép nam việt quất đóng hộp hoặc đóng chai
- ½ cốc cộng thêm 1 thìa xi-rô đơn giản

HƯỚNG DẪN:
a) Trộn nước ép nam việt quất và xi-rô đơn giản.
b) Đổ hỗn hợp vào tô của máy làm kem và để đông. Hãy làm theo hướng dẫn sử dụng của nhà sản xuất.

41. kem mât ong

THÀNH PHẦN:

- 1 quả dưa ngọt chín lớn
- ½ cốc si-rô đường
- 6 thìa nước cốt chanh tươi
- 6 lát chanh mỏng để trang trí
- 6 nhánh bạc hà tươi để trang trí

Xi-rô:
- ½ cốc nước
- 1 cốc đường

HƯỚNG DẪN:

a) Đối với xi-rô, kết hợp nước và đường trong chảo. Khuấy trên lửa vừa cho đến khi đường tan.

b) Tăng nhiệt và đun sôi. Đun sôi không khuấy trong 5 phút.

c) Xi-rô nguội sau đó đậy nắp và để lạnh cho đến khi cần.

d) Gọt vỏ, bỏ hạt và cắt nhỏ dưa. Nghiền nhuyễn trong máy xay thực phẩm (khoảng 4 cốc.) Trộn nhuyễn, xi-rô đường và nước cốt chanh trong một cái bát.

e) Làm đông lạnh trong máy làm kem theo hướng dẫn. Sau đó cho vào ngăn đá tủ lạnh khoảng 2-3 tiếng cho cứng lại.

f) Trang trí với lát chanh và bạc hà.

42. Sorbet chuối của Marcel Desaulnier

Mang lại 1 ¾ lít

THÀNH PHẦN:

- 2 cốc nước
- 1 ½ chén đường cát
- 3 pound chuối, chưa gọt vỏ
- 2 thìa nước cốt chanh tươi

HƯỚNG DẪN:

a) Đun nóng nước và đường trong nồi lớn trên lửa vừa cao.

b) Đánh đều để hòa tan đường. Đun sôi hỗn hợp và để sôi cho đến khi hơi đặc lại và giảm còn 2 ¼ cốc, khoảng 15 phút.

c) Trong khi đường và nước chuyển thành xi-rô, hãy gọt vỏ chuối.

d) Dùng thìa có rãnh đập chúng thành hỗn hợp có kết cấu thô trong bát thép không gỉ (năng suất khoảng 3 cốc). Đổ xi-rô sôi lên chuối nghiền.

e) Làm nguội trong bồn nước đá đến nhiệt độ 40 đến 45°F trong khoảng 15 phút.

f) Khi nguội, thêm nước cốt chanh. Làm đông kem trong tủ đông kem theo hướng dẫn của nhà sản xuất.

g) Chuyển kem đã đông lạnh vào hộp nhựa, đậy kín hộp rồi cho vào tủ đông trong vài giờ trước khi dùng.

h) Phục vụ trong vòng 3 ngày.

43. Sorbet đào, mơ hoặc lê

THÀNH PHẦN:

- 2 lon (15 ounce) nửa quả đào, quả mơ hoặc
- nửa quả lê trong xi-rô nặng
- 1 muỗng canh lê schnapps hoặc amaretto (tùy chọn)

HƯỚNG DẪN:

a) Đóng băng lon trái cây chưa mở trong 24 giờ.

b) Lấy lon ra khỏi tủ đông; ngâm chúng trong nước nóng trong 1 phút.

c) Mở lon; cẩn thận đổ xi-rô tan chảy vào máy xay hoặc máy chế biến thực phẩm; lấy trái cây ra khỏi hộp; cắt thành miếng.

d) Thêm vào máy xay. Xử lý cho đến khi mịn.

e) Thêm rượu mùi; quá trình cho đến khi kết hợp. Chuyển sang một thùng chứa. Che phủ; đóng băng cho đến khi sẵn sàng phục vụ.

44. Sorbet de Poire

THÀNH PHẦN:

- Lê đóng hộp hoặc lê tươi
- Nước chanh
- 1 $\frac{3}{4}$ chén đường cát
- 1 ly nước
- 2 lòng trắng trứng

HƯỚNG DẪN:

a) Trộn vừa đủ lê đóng hộp hoặc lê tươi, luộc với nước cốt của 1 quả chanh trong 10 phút để tạo thành 2 cốc xay nhuyễn.

b) Trộn đường và nước rồi đun sôi trong 5 phút. Trộn với bột nhuyễn và để nguội hoàn toàn.

c) Đánh lòng trắng trứng cho đến khi bông cứng rồi trộn vào hỗn hợp lê cùng với nước cốt của 1 quả chanh (nếu cần thêm chanh).

d) Đông lạnh trong khay cấp đông cơ học, khuấy đều khi cần thiết.

45. Sorbet táo không đường

THÀNH PHẦN:

- 3 cốc nước táo không đường
- Một lon nước táo cô đặc không đường 6 ounce
- 3 thìa nước cốt chanh tươi

HƯỚNG DẪN:

a) Đặt nước ép táo cô đặc và nước cốt chanh vào tô của máy và đông lạnh.

sorbet cam quýt

46. Sorbet bưởi

THÀNH PHẦN:

- 4 quả bưởi
- 3 thìa nước cốt chanh tươi
- ½ cốc xi-rô ngô nhẹ
- ⅔ cốc đường
- Hương liệu tùy chọn: Một vài nhánh ngải giấm, húng quế hoặc hoa oải hương; hoặc ½ nửa hạt vani tách đôi; loại bỏ hạt
- ¼ cốc rượu vodka

HƯỚNG DẪN:

a) Chuẩn bị Dùng dụng cụ gọt vỏ, loại bỏ 3 dải vỏ từ 1 quả bưởi. Cắt đôi quả bưởi và ép lấy 3 cốc nước ép.

b) Nấu ăn Kết hợp nước ép bưởi, vỏ, nước cốt chanh, xi-rô ngô và đường vào nồi 4 lít rồi đun sôi, khuấy đều để hòa tan đường. Chuyển sang tô vừa, thêm chất thơm nếu dùng và để nguội.

c) Làm lạnh Loại bỏ vỏ bưởi. Đặt đế kem vào tủ lạnh và làm lạnh ít nhất 2 giờ.

d) Đông lạnh Lấy đế kem ra khỏi tủ lạnh và lọc hết chất thơm. Thêm rượu vodka. Lấy hộp đông lạnh ra khỏi tủ đông, lắp ráp máy làm kem của bạn và bật nó lên. Đổ đế kem vào hộp và quay cho đến khi có độ đặc như kem đánh bông rất mềm.

e) Đóng gói kem vào hộp bảo quản. Ấn trực tiếp một tờ giấy da lên bề mặt và đậy kín bằng nắp đậy kín. Làm đông ở phần lạnh nhất của tủ đông cho đến khi cứng lại, ít nhất 4 giờ.

47. Sorbet cam quýt Yuzu

THÀNH PHẦN:
- 1 quả chanh
- 1 quả cam quýt yuzu
- 6 thìa đường
- Gọt vỏ từ $\frac{1}{4}$ quả cam yuzu
- 250ml nước

HƯỚNG DẪN:
a) Cắt đôi quả chanh và quả yuzu rồi ép lấy nước.
b) Trong nồi, trộn nước cốt chanh, nước ép cam quýt yuzu, đường và đun nóng.
c) Thêm 150ml nước vào khuấy đều cho đường tan.
d) Chuyển hỗn hợp từ nồi sang bình chứa, sau đó thêm 100 ml nước để nguội.
e) Sau khi nguội, cho vào ngăn đá tủ lạnh khoảng 3 tiếng cho đông lại.
f) Khi hỗn hợp đã đông cứng và đông lại, chuyển sang máy chế biến thực phẩm và chế biến.
g) Chuyển hỗn hợp vào hộp đựng và cho vào ngăn đá lại khoảng 1 giờ, sau đó lấy ra, khuấy nhẹ và chuyển sang các món ăn phục vụ.
h) Rắc vỏ cam quýt yuzu bào lên trên và thưởng thức.

48. Kem chanh Oaxacan

THÀNH PHẦN:
- 12 quả chanh rửa sạch và để khô
- 1 cốc đường
- 3¾ cốc nước
- 1 muỗng canh xi-rô ngô nhẹ
- Một chút muối kosher

HƯỚNG DẪN:
a) Bào vỏ chanh, loại bỏ càng nhiều vỏ xanh càng tốt và tránh phần cùi trắng.
b) Trong máy xay sinh tố hoặc máy chế biến thực phẩm, trộn vỏ và đường rồi xay 4 hoặc 5 lần để chiết xuất dầu tự nhiên.
c) Cho hỗn hợp đường vào tô, thêm nước, siro ngô và muối vào rồi đánh đều cho đến khi đường tan.
d) Đậy nắp và để lạnh cho đến khi lạnh, ít nhất 2 giờ nhưng không quá 4 giờ.
e) Làm đông lạnh và khuấy trong máy làm kem theo hướng dẫn của nhà sản xuất.
f) Để có độ đặc mềm, hãy dùng kem hấp ngay lập tức; để có độ đặc chắc hơn, hãy chuyển nó vào hộp đựng, đậy nắp và để nó cứng lại trong tủ đông từ 2 đến 3 giờ.

49. Kem chanh giải khát

THÀNH PHẦN:
- 6 quả chanh mọng nước màu xanh đậm không sáp
- 1 đến 1 ¼ chén đường siêu mịn
- 1 ly nước
- lá chanh hoặc lá bạc hà để trang trí

HƯỚNG DẪN:
a) Nghiền mịn vỏ của 2 quả chanh cho vào tô, sau đó thêm nước cốt của tất cả các quả chanh vào.

b) Cho đường và nước vào tô rồi để yên từ 1 đến 2 giờ ở nơi mát, thỉnh thoảng khuấy đều cho đến khi đường tan.

c) Đổ hỗn hợp vào máy làm kem và chế biến theo hướng dẫn của nhà sản xuất hoặc trộn bằng tay.

d) Khi nó cứng lại, hãy đông lạnh nó trong hộp đông lạnh trong 15 phút hoặc tối đa vài giờ trước khi dùng. Nếu bạn đông lạnh lâu hơn, hãy lấy nó ra khỏi tủ đông 10 phút trước khi dùng để làm mềm. Món kem này có thể để đông lạnh tới 3 tuần, nhưng tốt nhất nên ăn càng sớm càng tốt.

e) Công thức này sẽ lấp đầy 10 vỏ chanh. Để phục vụ theo cách này, hãy cẩn thận loại bỏ một phần ba trên cùng của quả chanh và vắt nước vào tô bằng máy khoan hoặc máy ép trái cây cầm tay, chú ý không làm tách vỏ.

f) Múc ra và loại bỏ phần bã còn sót lại. Múc kem vào vỏ và đông lạnh cho đến khi dùng.

g) Thêm một lá chanh hoặc lá bạc hà để trang trí từng vỏ chanh.

50. Kem chanh

THÀNH PHẦN:

- 2 quả chanh lớn, mọng nước, rửa sạch
- $\frac{1}{2}$ chén đường siêu mịn
- 1 $\frac{1}{2}$ cốc nước sôi

HƯỚNG DẪN:

a) Nghiền mịn vỏ chanh cho vào tô. Vắt nước cốt chanh (ít nhất $\frac{3}{4}$ cốc) vào tô rồi thêm đường và nước vào. Khuấy đều và để trong 1 đến 2 giờ ở nơi mát mẻ, thỉnh thoảng khuấy cho đến khi đường tan. Sự ớn lạnh.

b) Đổ hỗn hợp vào máy làm kem và chế biến theo hướng dẫn của nhà sản xuất, hoặc đổ vào hộp đông lạnh và đông lạnh theo phương pháp trộn tay.

c) Khi kem đã cứng lại, hãy đông lạnh nó trong hộp đông lạnh trong 15 đến 20 phút hoặc cho đến khi sẵn sàng phục vụ. Nếu cần, hãy chuyển nó vào tủ lạnh 10 phút trước khi dùng để làm mềm.

d) Món kem này sẽ không ngon nếu để đông lạnh lâu hơn 2 đến 3 tuần.

51. Bưởi và rượu Gin Sorbet

THÀNH PHẦN:
- 5½ ounce đường cát
- 18 ounce nước ép bưởi
- 4 thìa rượu gin

HƯỚNG DẪN:
a) Cho đường vào nồi và thêm 300ml/½ pint nước. Đun nóng nhẹ, khuấy đều cho đến khi đường tan. Tăng nhiệt và đun sôi nhanh trong khoảng 5 phút cho đến khi hỗn hợp có dạng siro. Hủy bỏ nhiệt và để nguội.
b) Khuấy nước ép bưởi vào xi-rô.
c) Đậy nắp và để lạnh trong khoảng 30 phút hoặc cho đến khi nguội hẳn. Khuấy rượu gin.
d) Đổ hỗn hợp vào máy làm kem và đông lạnh theo hướng dẫn.
e) Chuyển sang thùng chứa thích hợp và đông lạnh cho đến khi cần thiết.

52. Sorbet dưa và chanh

THÀNH PHẦN:

- 1 quả dưa lớn
- 150g/5½ ounce đường bột
- 2 quả chanh nhỏ

HƯỚNG DẪN:

a) Cắt dưa làm đôi và múc ra và bỏ hạt. Múc thịt ra và cân - bạn sẽ cần khoảng 1 pound

b) Cho thịt dưa vào máy xay thực phẩm hoặc máy xay sinh tố; thêm đường và xay nhuyễn cho đến khi mịn.

c) Cắt đôi quả chanh và ép lấy nước. Thêm nước cốt chanh vào hỗn hợp dưa và xay nhuyễn một thời gian ngắn.

d) Chuyển vào bình, đậy nắp và để lạnh trong khoảng 30 phút hoặc cho đến khi nguội hẳn.

e) Đổ hỗn hợp vào máy làm kem và đông lạnh theo hướng dẫn.

f) Chuyển sang hộp đựng thích hợp hoặc vào bốn khuôn và đông lạnh cho đến khi cần.

53. Sorbet chanh và tương ớt

THÀNH PHẦN:
- Một lọ tương ớt 17 ounce
- 1 cốc nước nóng
- 1 thìa nước cốt chanh tươi

HƯỚNG DẪN:
a) Đặt tương ớt vào máy xay thực phẩm và xay nhuyễn. Khi máy đang chạy, nước nóng kém, sau đó là nước chanh.
b) Đổ hỗn hợp vào tô của máy làm kem và để đông.
c) Hãy làm theo hướng dẫn sử dụng của nhà sản xuất. 15 đến 20 phút.

54. Nước chanh hồng & kem Oreo

THÀNH PHẦN:
- 2 lon Dâu tây ngâm nước si-rô
- 2 muỗng cà phê nước chanh hồng
- 1 muỗng cà phê tinh chất vani
- 3 cốc dâu tây tươi cắt đôi
- 2 thìa cà phê Đường
- 2 muỗng canh giấm balsamic
- 4 bánh Oreo, vỡ vụn

HƯỚNG DẪN:
a) Cho dâu tây đóng hộp, nước chanh hồng và tinh chất vani vào máy xay và xay cho đến khi mịn, khoảng 1 phút.
b) Chuyển hỗn hợp vào máy làm kem.
c) Xử lý theo hướng dẫn của nhà sản xuất.
d) Đặt dâu tây tươi vào tô vừa.
e) Rắc đường và trộn thật đều.
f) Thêm giấm balsamic và khuấy nhẹ nhàng. Để yên trong 15 phút, thỉnh thoảng khuấy.
g) Múc kem dâu vào bát. Chia hỗn hợp dâu tươi lên trên kem.
h) Rắc Oreos lên dâu tây và thưởng thức.

55. Kem bưởi Ruby

THÀNH PHẦN:
- 2 quả bưởi chín có màu đỏ ruby hoặc hồng
- 1 cốc si-rô đường
- 4 muỗng canh nước ép quả mâm xôi hoặc nam việt quất

HƯỚNG DẪN:
a) Cắt bưởi làm đôi. Vắt hết nước cốt (chăm sóc vỏ nếu bạn muốn dùng kem trong đó) và trộn với xi-rô và nước trái cây.

b) Cẩn thận loại bỏ và loại bỏ phần cùi còn sót lại trong vỏ.

c) Đổ hỗn hợp vào máy làm kem và chế biến theo hướng dẫn của nhà sản xuất, hoặc đổ vào hộp đông lạnh và đông lạnh bằng phương pháp trộn tay.

d) Khi kem đã cứng lại, múc nó vào vỏ bưởi (nếu dùng) hoặc hộp đựng đông lạnh và để đông trong 15 phút hoặc cho đến khi sẵn sàng dùng. Nếu cần, lấy nó ra khỏi tủ đông 5 phút trước khi dùng để làm mềm. Cắt nửa quả bưởi thành miếng vừa ăn.

e) Món kem này tốt nhất nên ăn càng sớm càng tốt, nhưng nó có thể để đông lạnh tới 3 tuần.

56. Sorbet cam quýt

THÀNH PHẦN:
- Năm lon quýt 11 ounce đóng gói trong xi-rô nhẹ
- 1 cốc đường siêu mịn
- 3 thìa nước cốt chanh tươi

HƯỚNG DẪN:

a) Xả cam và để lại 2 cốc xi-rô. Nghiền cam trong máy xay thực phẩm. Khuấy xi-rô dành riêng, nước cốt chanh và đường.

b) Đổ hỗn hợp vào tô của máy làm kem và để đông. Hãy làm theo hướng dẫn sử dụng của nhà sản xuất.

57. Kem bơ sữa-chanh Sorbet

THÀNH PHẦN:

- 2 cốc bơ sữa ít béo
- 1 cốc đường
- Vỏ của 1 quả chanh
- $\frac{1}{4}$ cốc nước chanh tươi

HƯỚNG DẪN:

a) Trong một tô trộn lớn, khuấy tất cả nguyên liệu với nhau cho đến khi đường tan hoàn toàn.

b) Đậy nắp và để hỗn hợp trong tủ lạnh khoảng 4 giờ, cho đến khi thật lạnh.

c) Chuyển hỗn hợp vào máy làm kem và đông lạnh theo hướng dẫn của nhà sản xuất.

d) Chuyển kem vào hộp đựng an toàn trong tủ đông và đông lạnh ít nhất 4 giờ trước khi dùng.

58. Kem tiêu cam quýt

THÀNH PHẦN:
- 3 quả ớt chuông vàng, bỏ cuống và hạt, thái nhỏ
- 1 ¾ cốc nước
- 1 ¼ chén đường
- 3 quả cam, gọt vỏ, bỏ từng múi ra khỏi màng
- 2 muỗng canh rượu rum đen
- 4 muỗng canh chanh tươi hoặc nước cốt chanh
- 3 muỗng canh xi-rô ngô nhẹ

HƯỚNG DẪN:
a) Trong chảo kết hợp 1 ¼ cốc nước với đường. Đun nóng cho đến khi đường tan. Đun sôi, tắt bếp và để nguội đến nhiệt độ phòng. Làm lạnh 2 giờ.

b) Xay nhuyễn các nguyên liệu còn lại với ½ cốc nước. Làm lạnh 2 giờ.

c) Khuấy hỗn hợp đường vào trái cây và đông lạnh theo hướng dẫn.

59. Sorbet chanh dừa

THÀNH PHẦN:
- 1 lon kem dừa (15 ounce)
- $\frac{3}{4}$ cốc nước
- $\frac{1}{2}$ cốc nước cốt chanh tươi
- Tùy chọn: $\frac{1}{2}$ cốc quả anh đào cắt nhỏ
- Trang trí: Dứa tươi, quả anh đào, lát xoài, chuối

HƯỚNG DẪN:

a) Trong một cái bát, trộn đều các nguyên liệu với nhau.

b) Nếu bạn đang thêm quả anh đào, hãy làm như vậy ngay bây giờ.

c) Làm đông lạnh hỗn hợp trong máy làm kem theo hướng dẫn của nhà sản xuất.

d) Chuyển kem vào hộp kín và cho vào ngăn đá tủ lạnh cho cứng lại.

e) Chuyển sang bát phục vụ và trang trí với trái cây tươi.

60. Kem chanh

Mang lại 4 đến 6 phần ăn

THÀNH PHẦN:

- 3 cốc nước
- 1 ¼ chén đường cát
- ¾ cốc xi-rô ngô nhẹ
- 2/3 cốc nước cốt chanh tươi (4 quả chanh lớn hoặc 6 quả chanh vừa)
- Miếng chanh để trang trí (tùy chọn)

HƯỚNG DẪN:

a) Kết hợp nước với đường và xi-rô ngô trong một cái chảo nặng. Khuấy trên lửa cao để hòa tan đường.

b) Đun sôi. Giảm nhiệt đến nhiệt độ vừa phải và để sôi trong 5 phút mà không cần khuấy.

c) Hủy bỏ nhiệt và để nguội ở nhiệt độ phòng.

d) Khuấy nước cốt chanh. Đổ vào tô trộn kim loại và cho vào tủ lạnh cho đến khi cứng lại. Đặt máy đánh trứng vào ngăn đá tủ lạnh để làm lạnh.

e) Lấy hỗn hợp vôi ra khỏi tủ đông. Phá vỡ nó bằng một cái thìa gỗ. Đánh ở tốc độ thấp cho đến khi không bị vón cục.

f) Đưa trở lại tủ đông cho đến khi cứng lại. Đánh lại bằng máy đánh nguội

g) Kem sẽ giữ được trong tủ đông ở trạng thái mịn trong nhiều tuần. Nước cốt chanh có thể thay thế nước cốt chanh và có thể thêm màu thực phẩm xanh.

h) Vẻ ngoài trong trẻo, sạch sẽ của món kem chanh không tạo màu với các lát chanh trang trí thật đẹp mắt.

61. Sorbet chanh mật ong

THÀNH PHẦN:
- ½ cốc nước nóng
- 2/3 cốc mật ong
- 1 muỗng canh vỏ chanh bào
- 1 cốc nước chanh tươi
- 2 cốc nước lạnh

HƯỚNG DẪN:
a) Cho nước nóng, mật ong và vỏ vào tô. Khuấy cho đến khi mật ong tan. Khuấy nước cốt chanh và nước lạnh.

b) Đổ hỗn hợp vào tô của máy làm kem và để đông. Hãy làm theo hướng dẫn sử dụng của nhà sản xuất

sorbet THẢO DƯỢC & HOA

62. Kem chùm ngây & việt quất

THÀNH PHẦN:
- 1 thìa cà phê bột Moringa
- 1 cốc quả việt quất đông lạnh
- 1 quả chuối đông lạnh
- $\frac{1}{4}$ cốc nước cốt dừa

HƯỚNG DẪN:

a) Thêm tất cả nguyên liệu vào máy xay hoặc máy chế biến thực phẩm và xay cho đến khi mịn.

b) Thêm chất lỏng nếu cần thiết.

63. Sorbet Táo & Bạc Hà

Khoảng 4-6 phần ăn

THÀNH PHẦN:
- 100g/3½ ounce đường cát vàng
- 5 nhánh bạc hà lớn
- 425ml/¾ nước ép táo

HƯỚNG DẪN:
a) Cho đường vào nồi rồi thêm nhánh bạc hà và 300ml/½ pint nước vào. Đun nóng nhẹ, khuấy đều cho đến khi đường tan.

b) Tăng nhiệt và đun sôi nhanh trong khoảng 5 phút cho đến khi hỗn hợp có dạng siro.

c) Tắt bếp và cho nước táo vào khuấy đều.

d) Đậy nắp và để lạnh ít nhất 30 phút hoặc cho đến khi nguội hẳn.

e) Lọc hỗn hợp để loại bỏ bạc hà.

f) Cho vào máy làm kem và đông lạnh theo hướng dẫn.

g) Chuyển sang thùng chứa thích hợp và đông lạnh cho đến khi cần thiết.

64. Sorbet bình luân liên tục

THÀNH PHẦN:
- 1 chén lá trà Hằng Bình
- 2 cốc nước lạnh
- Bốn dải vỏ cam 1x3 inch
- 2 cốc xi-rô đơn giản
- 2 cốc nước cam

HƯỚNG DẪN:

a) Cho lá trà, nước và vỏ cam vào tô. Trộn cho đến khi lá trà được ngâm đủ để ngập trong nước.

b) Đặt trong tủ lạnh qua đêm.

c) Đổ hỗn hợp qua rây, ấn vào lá trà để lấy hết chất lỏng. Bạn sẽ có khoảng ⅓ tách trà đặc. Bỏ lá trà và vỏ cam đi.

d) Kết hợp trà với xi-rô đơn giản và nước cam. Đặt vào tô của máy và để đông trong 12 đến 15 phút.

65. Kem chanh bơ ngâm ngò

THÀNH PHẦN:
- 2 quả bơ (đã bỏ hạt và vỏ)
- ¼ cốc Erythritol, dạng bột
- 2 quả chanh vừa, ép lấy nước và vỏ
- 1 cốc nước cốt dừa
- ¼ thìa cà phê Stevia lỏng
- ¼ - ½ chén ngò, xắt nhỏ

HƯỚNG DẪN:

a) Cho nước cốt dừa vào nồi đun sôi. Thêm vỏ chanh vào.

b) Để hỗn hợp nguội rồi đông lạnh.

c) Trong máy xay thực phẩm, trộn bơ, ngò và nước cốt chanh. Xung cho đến khi hỗn hợp có kết cấu dai.

d) Đổ hỗn hợp nước cốt dừa và stevia lỏng lên quả bơ. Trộn hỗn hợp lại với nhau cho đến khi đạt được độ đặc thích hợp. Mất khoảng 2-3 phút để thực hiện công việc này.

e) Cho vào tủ đông để rã đông hoặc dùng ngay!

66. Kem trà xanh

THÀNH PHẦN:
- $\frac{3}{4}$ cốc đường
- 3 cốc trà xanh pha nóng

HƯỚNG DẪN:

a) Hòa tan đường vào trà và để trong tủ lạnh cho đến khi nguội.

b) Làm đông kem trong tủ đông kem theo hướng dẫn của nhà sản xuất.

67. Sorbet trà Earl Grey

THÀNH PHẦN:
- 1 quả chanh nhỏ không có sáp
- 6 ounce đường vàng
- 2 túi trà

HƯỚNG DẪN:
a) Cắt mỏng vỏ chanh.
b) Cho đường vào nồi cùng 600ml nước (1 pint) và đun nhỏ lửa cho đến khi đường tan.
c) Thêm vỏ chanh vào hỗn hợp đường và đun sôi trong 5-10 phút cho đến khi hơi siro.
d) Đổ 150ml ($\frac{1}{4}$ pint) nước sôi lên túi trà và để ngấm trong 5 phút.
e) Lấy túi trà ra (vắt hết rượu) và bỏ đi.
f) Thêm rượu trà vào dung dịch đường và để nguội.
g) Đậy nắp và để lạnh trong 30 phút hoặc cho đến khi nguội hẳn.
h) Lọc vào máy làm kem và đông lạnh theo hướng dẫn.
i) Chuyển sang hộp đựng, đậy nắp và bảo quản trong ngăn đá tủ lạnh. Nó có thể sẽ cần khuấy sau khoảng 45 phút đông lạnh đầu tiên.

68. Kem trà hoa lài

THÀNH PHẦN:
- 1 ¼ chén trà hoa nhài, ướp lạnh
- ¼ cốc xi-rô đường, ướp lạnh
- 1 đến 2 muỗng cà phê nước cốt chanh
- 1 lòng trắng trứng vừa

HƯỚNG DẪN:

a) Trộn trà, xi-rô đường và nước cốt chanh. Đổ vào máy làm kem và chế biến theo hướng dẫn của nhà sản xuất, hoặc đổ vào hộp đông lạnh và đông lạnh bằng phương pháp trộn tay. Khuấy cho đến khi sền sệt.

b) Đánh lòng trắng trứng cho đến khi tạo thành chóp mềm rồi cho vào kem kem. Tiếp tục khuấy và đông lạnh cho đến khi cứng lại. Đóng băng trong 15 phút trước khi phục vụ hoặc cho đến khi cần thiết.

c) Món kem này có hương vị rất tinh tế và ăn ngon nhất trong vòng 24 giờ. Ăn kèm với bánh quy hạnh nhân giòn hoặc bánh mì tuile.

69. Kem thảo mộc dứa

THÀNH PHẦN:

- 1 quả dứa nhỏ, bỏ lõi, gọt vỏ và cắt thành từng miếng
- 1 cốc đường
- 1 ly nước
- Nước ép 1 quả chanh
- ½ thìa cà phê muối kosher
- 2 muỗng canh thảo mộc cắt nhỏ, chẳng hạn như bạc hà, húng quế hoặc hương thảo

HƯỚNG DẪN:

a) Trong máy xay sinh tố hoặc máy chế biến thực phẩm, xay nhuyễn các miếng dứa, đường, nước, nước cốt chanh và muối cho đến khi mịn.

b) Thêm thảo mộc và đập cho đến khi thảo mộc vỡ thành các đốm màu xanh lá cây.

c) Đổ hỗn hợp vào tô, đậy nắp và để trong tủ lạnh cho đến khi lạnh, ít nhất 3 giờ hoặc qua đêm.

d) Đánh nhẹ phần đế để kết hợp lại. Làm đông lạnh và khuấy trong máy làm kem theo hướng dẫn của nhà sản xuất.

e) Để có độ đặc mềm, hãy dùng kem hấp ngay lập tức; để có độ đặc chắc hơn, hãy chuyển nó vào hộp đựng, đậy nắp và để nó cứng lại trong tủ đông từ 2 đến 3 giờ.

70. Kem hoa oải hương

THÀNH PHẦN:

- 2 cốc nước
- 1 cốc đường
- 2 thìa hoa oải hương khô
- 1 thìa nước cốt chanh

HƯỚNG DẪN:

a) Trong một cái chảo, kết hợp nước và đường. Đun trên lửa vừa cho đến khi đường tan hoàn toàn.

b) Tắt bếp và thêm hoa oải hương khô vào. Để nó dốc trong 10-15 phút.

c) Lọc hỗn hợp để loại bỏ hoa oải hương.

d) Khuấy trong nước cốt chanh.

e) Đổ hỗn hợp vào máy làm kem và khuấy theo hướng dẫn của nhà sản xuất.

f) Sau khi khuấy, chuyển kem vào hộp có nắp đậy và đông lạnh trong vài giờ để cứng lại.

g) Phục vụ kem hoa oải hương trong bát hoặc ly ướp lạnh để có một món tráng miệng thơm và nhẹ nhàng.

71. Sorbet hoa hồng

THÀNH PHẦN:
- 2 cốc nước
- 1 cốc đường
- $\frac{1}{4}$ chén cánh hoa hồng khô
- 2 thìa nước cốt chanh
- 1 muỗng canh nước hoa hồng (tùy chọn)

HƯỚNG DẪN:
a) Trong một cái chảo, kết hợp nước và đường. Đun trên lửa vừa cho đến khi đường tan hoàn toàn.

b) Tắt bếp và thêm cánh hoa hồng khô vào. Để nó dốc trong 10-15 phút.

c) Lọc hỗn hợp để loại bỏ cánh hoa hồng.

d) Khuấy nước cốt chanh và nước hoa hồng (nếu sử dụng).

e) Đổ hỗn hợp vào máy làm kem và khuấy theo hướng dẫn của nhà sản xuất.

f) Sau khi khuấy, chuyển kem vào hộp có nắp đậy và đông lạnh trong vài giờ để cứng lại.

g) Phục vụ kem hoa hồng trong bát hoặc ly ướp lạnh để có một món tráng miệng tinh tế và đầy hoa.

72. Hibiscus Sorbet

THÀNH PHẦN:
- 2 cốc nước
- 1 cốc đường
- $\frac{1}{4}$ chén hoa dâm bụt khô
- 2 thìa nước cốt chanh

HƯỚNG DẪN:

a) Trong một cái chảo, kết hợp nước và đường. Đun trên lửa vừa cho đến khi đường tan hoàn toàn.

b) Tắt bếp và thêm hoa dâm bụt khô vào. Để nó dốc trong 10-15 phút.

c) Lọc hỗn hợp để loại bỏ hoa dâm bụt.

d) Khuấy trong nước cốt chanh.

e) Đổ hỗn hợp vào máy làm kem và khuấy theo hướng dẫn của nhà sản xuất.

f) Sau khi khuấy, chuyển kem vào hộp có nắp đậy và đông lạnh trong vài giờ để cứng lại.

g) Phục vụ món kem hoa dâm bụt trong bát hoặc ly ướp lạnh để có một món tráng miệng sôi động và thơm ngon.

73. Sorbet hoa cơm cháy

THÀNH PHẦN:

- 2 cốc nước
- 1 cốc đường
- ¼ cốc nước ép hoa cơm cháy
- 2 thìa nước cốt chanh

HƯỚNG DẪN:

a) Trong một cái chảo, kết hợp nước và đường. Đun trên lửa vừa cho đến khi đường tan hoàn toàn.

b) Tắt bếp và cho nước ép hoa cơm cháy và nước cốt chanh vào khuấy đều.

c) Để hỗn hợp nguội đến nhiệt độ phòng.

d) Đổ hỗn hợp vào máy làm kem và khuấy theo hướng dẫn của nhà sản xuất.

e) Sau khi khuấy, chuyển kem vào hộp có nắp đậy và đông lạnh trong vài giờ để cứng lại.

f) Phục vụ món kem hoa cơm cháy trong bát hoặc ly ướp lạnh để có một món tráng miệng tinh tế và đầy hoa.

sorbet hạt

74. Quỹ đạo hạnh nhân S

THÀNH PHẦN:
- 1 cái ly Hạnh nhân tái nhợt; nướng
- 2 tách Nước suối
- ¾ cốc Đường
- 1 nhúm Quế
- 6 muỗng canh Xi-rô ngô nhẹ
- 2 muỗng canh rượu Amaretto
- 1 muỗng cà phê Vỏ chanh

HƯỚNG DẪN:
a) Trong máy xay thực phẩm, xay hạnh nhân thành bột. Trong một cái chảo lớn, trộn nước, đường, xi-rô ngô, rượu, vỏ và quế, sau đó thêm các loại hạt xay.

b) Trên lửa vừa, khuấy liên tục cho đến khi đường tan và hỗn hợp sôi. 2 phút khi sôi

c) Để nguội Sử dụng máy làm kem, khuấy hỗn hợp cho đến khi đông lạnh.

d) Nếu bạn không có máy làm kem, hãy chuyển hỗn hợp vào tô inox và đông lạnh cho đến khi cứng lại, khuấy đều 2 giờ một lần.

75. Sorbet với bánh gạo và nhân đậu đỏ

THÀNH PHẦN:
ĐỐI VỚI sorbet
- 2 muỗng canh sữa đặc, có đường
- 1 cốc sữa

PHỤC VỤ
- 3 miếng bánh nếp phủ bột đậu nành rang, cắt thành miếng $\frac{3}{4}$ inch
- 4 muỗng cà phê mảnh hạnh nhân tự nhiên
- 2 thìa bánh gạo mochi nhỏ
- 2 muỗng bột đậu đỏ có đường
- 4 thìa cà phê bột ngũ cốc

HƯỚNG DẪN:
a) Trộn sữa đặc và sữa vào cốc có miệng để rót.

b) Đặt hỗn hợp vào khay đá và đông lạnh cho đến khi thành khối đá, khoảng 5 giờ.

c) Sau khi thiết lập, loại bỏ và đặt chúng vào máy xay và xay cho đến khi mịn.

d) Đặt tất cả nguyên liệu vào tô phục vụ đã được làm lạnh.

e) Đổ 3 thìa kem kem vào đế, sau đó rắc 1 thìa cà phê bột ngũ cốc.

f) Tiếp theo thêm 3 thìa kem kem nữa, tiếp theo là thêm bột ngũ cốc.

g) Bây giờ đặt bánh gạo và đậu lên trên.

h) Rắc hạnh nhân và phục vụ.

76. quả hồ trăn

THÀNH PHẦN:
- 1 cốc quả hồ trăn có vỏ
- ½ cốc đường
- 2 cốc nước
- 1 thìa nước cốt chanh

HƯỚNG DẪN:
a) Trong máy xay sinh tố hoặc máy chế biến thực phẩm, xay quả hồ trăn thành bột mịn.
b) Trong một cái chảo, trộn quả hồ trăn xay, đường, nước và nước cốt chanh. Đun sôi hỗn hợp trên lửa vừa, khuấy đều cho đến khi đường tan.
c) Tắt bếp và để hỗn hợp nguội đến nhiệt độ phòng.
d) Lọc hỗn hợp qua rây mịn để loại bỏ chất rắn.
e) Đổ hỗn hợp đã lọc vào máy làm kem và khuấy theo hướng dẫn của nhà sản xuất.
f) Sau khi khuấy, chuyển kem vào hộp có nắp đậy và đông lạnh trong vài giờ để cứng lại.
g) Phục vụ món kem hồ trăn trong bát hoặc ly ướp lạnh để có một món tráng miệng thú vị và hấp dẫn.

77. Sorbet sô cô la hạt dẻ

THÀNH PHẦN:
- 1 cốc sữa hạt dẻ
- ½ cốc đường
- ¼ cốc bột cacao
- ½ muỗng cà phê chiết xuất vani
- Chút muối

HƯỚNG DẪN:

a) Trong một cái chảo, trộn đều sữa hạt phỉ, đường, bột ca cao, chiết xuất vani và muối. Đun trên lửa vừa cho đến khi hỗn hợp hòa quyện và đường tan hết.

b) Tắt bếp và để hỗn hợp nguội đến nhiệt độ phòng.

c) Chuyển hỗn hợp vào máy làm kem và khuấy theo hướng dẫn của nhà sản xuất.

d) Sau khi khuấy, chuyển kem vào hộp có nắp đậy và đông lạnh trong vài giờ để cứng lại.

e) Phục vụ kem sô cô la hạt phỉ trong bát hoặc ly ướp lạnh để có một món tráng miệng phong phú và hấp dẫn.

78. Sorbet dừa điều

THÀNH PHẦN:

- 1 cốc sữa hạt điều
- ½ cốc nước cốt dừa
- ½ cốc đường
- ½ muỗng cà phê chiết xuất vani
- Quả mọng, để trang trí

HƯỚNG DẪN:

a) Trong một cái chảo, trộn đều sữa hạt điều, nước cốt dừa, đường và chiết xuất vani. Đun trên lửa vừa cho đến khi hỗn hợp hòa quyện và đường tan hết.

b) Tắt bếp và để hỗn hợp nguội đến nhiệt độ phòng.

c) Chuyển hỗn hợp vào máy làm kem và khuấy theo hướng dẫn của nhà sản xuất.

d) Sau khi khuấy, chuyển kem vào hộp có nắp đậy và đông lạnh trong vài giờ để cứng lại.

e) Phục vụ món kem dừa hạt điều trong bát hoặc ly ướp lạnh để có món tráng miệng kem và nhiệt đới.

f) Top với quả mọng.

79. Sorbet quả óc chó

THÀNH PHẦN:
- 1 cốc sữa óc chó
- ½ cốc si-rô phong
- ¼ cốc đường
- ½ muỗng cà phê chiết xuất vani

HƯỚNG DẪN:
a) Trong một cái chảo, trộn đều sữa óc chó, xirô phong, đường và chiết xuất vani. Đun trên lửa vừa cho đến khi hỗn hợp hòa quyện và đường tan hết.
b) Tắt bếp và để hỗn hợp nguội đến nhiệt độ phòng.
c) Chuyển hỗn hợp vào máy làm kem và khuấy theo hướng dẫn của nhà sản xuất.
d) Sau khi khuấy, chuyển kem vào hộp có nắp đậy và đông lạnh trong vài giờ để cứng lại.
e) Phục vụ món kem phong óc chó trong bát hoặc ly ướp lạnh để có món tráng miệng béo ngậy và ngọt tự nhiên.

sorbet có cồn

80. Sorbet Bellini

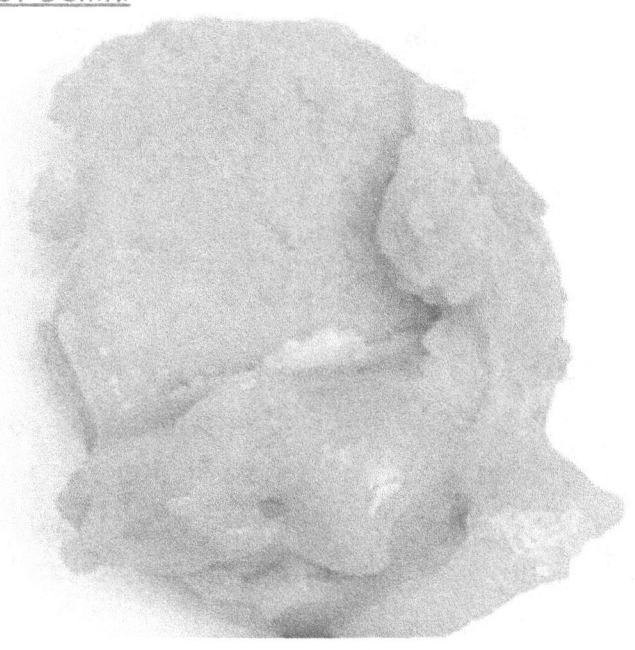

THÀNH PHẦN:
- 4 quả đào chín, gọt vỏ, bỏ hạt và xay nhuyễn trong máy xay thực phẩm
- ⅔ cốc đường
- ¼ cốc xi-rô ngô nhẹ
- ⅔ cốc Burgundy trắng
- 3 thìa nước cốt chanh tươi

HƯỚNG DẪN:

a) Nấu ăn Cho đào xay nhuyễn, đường, xi-rô ngô, rượu và nước cốt chanh vào nồi vừa rồi đun sôi, khuấy đều cho đến khi đường tan. Chuyển sang tô vừa và để nguội.

b) Làm lạnh Đặt đế kem vào tủ lạnh và làm lạnh ít nhất 2 giờ.

c) Đóng băng Lấy hộp đông lạnh ra khỏi tủ đông, lắp ráp máy làm kem của bạn và bật nó lên. Đổ đế kem vào hộp và quay cho đến khi có độ đặc như kem đánh bông rất mềm.

d) Đóng gói kem vào hộp bảo quản. Ấn trực tiếp một tờ giấy da lên bề mặt và đậy kín bằng nắp đậy kín. Làm đông ở phần lạnh nhất của tủ đông cho đến khi cứng lại, ít nhất 4 giờ.

81. Sorbet dâu tây sâm panh

THÀNH PHẦN:
- 4 cốc dâu tây tươi, rửa sạch và bỏ vỏ
- 1 ½ cốc rượu sâm panh hoặc prosecco
- ⅓ cốc đường cát

HƯỚNG DẪN:

a) Thêm tất cả nguyên liệu vào máy xay và xay cho đến khi mịn.

b) Chuyển hỗn hợp vào máy làm kem và khuấy theo hướng dẫn của nhà sản xuất.

c) Ăn ngay hoặc chuyển vào hộp đựng ngăn đông để làm lạnh cho đến khi chắc lại.

82. Rượu táo Sorbet và casis

THÀNH PHẦN:
- 2 ¾ cốc nước lạnh
- 1 thanh quế (1 inch)
- 1 ½ chén đường cát
- Chút muối
- ¼ cốc táo
- 4 thìa nước cốt chanh
- 1 muỗng canh vỏ cam bào

HƯỚNG DẪN:
a) Cho nước lạnh, quế, đường, muối và táo vào nồi.

b) Khuấy cho đến khi đường tan. Đun đến điểm sôi và đun sôi trong 5 phút mà không cần khuấy.

c) Lọc chất lỏng vào nồi hoặc tô lớn và để nguội một chút.

d) Khuấy nước cốt chanh đã lọc và vỏ cam bào vào hỗn hợp.

e) Làm nguội thật kỹ và làm lạnh trước khi đông lạnh.

83. Hibiscus-Sangria Sorbet

THÀNH PHẦN:

- 2 cốc rượu vang đỏ
- 1 ly nước
- 1½ chén hoa dâm bụt khô
- 2 muỗng canh xi-rô ngô nhẹ
- 1 cốc đường
- Vỏ bào và nước ép của 1 quả cam nhỏ
- 1 quả đào nhỏ
- 1 quả táo chua nhỏ
- ½ chén nho đỏ
- ½ cốc dâu tây

HƯỚNG DẪN:

a) Trong một cái chảo, trộn rượu, nước, hoa dâm bụt, xi-rô ngô và ¾ cốc đường. Đun sôi trên lửa vừa và nấu trong 5 phút, khuấy đều để hòa tan đường.

b) Tắt bếp, cho vỏ cam và nước ép vào khuấy đều rồi để nguội đến nhiệt độ phòng.

c) Đổ hỗn hợp qua lưới lọc mịn đặt trên một cái bát. Đậy nắp và để lạnh cho đến khi lạnh, ít nhất 3 giờ hoặc qua đêm.

d) Khoảng 15 phút trước khi bạn sẵn sàng để đông lạnh kem, đào và thái hạt lựu mịn. Cắt lõi và thái hạt lựu mịn. Cắt nho làm đôi.

e) Vỏ và thái hạt lựu dâu tây. Cho tất cả trái cây vào tô, thêm ¼ cốc đường còn lại rồi trộn đều. Để qua một bên.

f) Làm đông lạnh và khuấy hỗn hợp hoa dâm bụt trong máy làm kem theo hướng dẫn của nhà sản xuất.

g) Khi kem đã được khuấy xong, chắt hỗn hợp trái cây vào rây lọc mịn, sau đó trộn trái cây vào kem.

h) Chuyển vào hộp, đậy nắp và để cứng trong tủ đông trong 2 đến 3 giờ.

84. Kem cocktail sâm panh

THÀNH PHẦN:
- 1 ½ cốc nước, ướp lạnh
- ½ cốc nước ép bưởi
- 1 cốc đường siêu mịn
- 1 ½ cốc rượu sâm panh hoặc rượu vang trắng sủi bọt, ướp lạnh
- 1 lòng trắng trứng vừa

HƯỚNG DẪN:

a) Trộn nước, nước ép bưởi và đường. Làm lạnh cho đến khi đường tan. Khuấy rượu sâm panh hoặc rượu vang sủi.

b) Đổ vào máy làm kem và chế biến theo hướng dẫn của nhà sản xuất, hoặc cho vào hộp đông lạnh và đông lạnh bằng phương pháp trộn bằng tay. Khuấy cho đến khi nó trở nên sền sệt.

c) Đánh lòng trắng trứng cho đến khi tạo thành chóp mềm. Thêm nó vào bát kem trong khi khuấy, hoặc trộn nó vào hỗn hợp trong hộp đựng tủ đông. Tiếp tục cho đến khi chắc chắn. Để đông ít nhất 20 phút cho cứng lại trước khi dùng. Phục vụ kem trực tiếp từ tủ đông vì nó tan rất nhanh.

d) Trước khi dùng, hãy đông lạnh ly trong thời gian ngắn, với một giọt rượu mạnh, Cassis hoặc Fraise ở đáy.

e) Đừng giữ nó lâu hơn một vài ngày.

85. Cầu vồng Sorbet

THÀNH PHẦN:

- 1 (16-ounce) lon lê cắt lát hoặc cắt đôi trong xi-rô đậm đặc
- 2 muỗng canh rượu mùi Poire William
- 1 (16 ounce) lon đào cắt lát hoặc cắt đôi trong xi-rô đậm đặc
- 2 thìa rượu bourbon
- 1 (20 ounce) có thể nghiền dứa trong xi-rô nặng
- 3 thìa rượu rum đen
- 2 muỗng canh kem dừa đóng hộp
- 1 lon (16 ounce) nửa quả mơ trong xi-rô đậm đặc
- 2 muỗng canh rượu amaretto
- 1 (17 ounce) lon mận trong xi-rô nặng
- 4 muỗng canh creme de cassis
- $\frac{1}{4}$ thìa cà phê quế

HƯỚNG DẪN:

a) Đóng băng một lon trái cây chưa mở cho đến khi đông cứng, ít nhất 18 giờ.

b) Nhúng hộp chưa mở vào nước nóng trong 1 đến 2 phút.

c) Mở hộp và đổ xi-rô vào tô chế biến thực phẩm. Tháo đầu kia của hộp và lật trái cây lên bề mặt cắt.

d) Cắt thành các lát 1 inch, sau đó cắt thành từng miếng và cho vào tô chế biến. Xử lý, bật và tắt cho đến khi mịn. Thêm các thành phần còn lại và xử lý chỉ để trộn kỹ.

e) Dùng ngay hoặc cho vào bát, đậy nắp và đông lạnh cho đến khi sẵn sàng dùng, tối đa 8 giờ.

86. Sorbet chanh Daiquiri

THÀNH PHẦN:
- 2 ½ cốc nước cốt chanh tươi (10 đến 12 quả chanh lớn)
- Vỏ bào của 3 quả chanh
- 1 ⅓ cốc đường cát
- 1 cốc rượu rum
- ½ cốc nước

HƯỚNG DẪN:
a) Xử lý tất cả các thành phần trong máy xay sinh tố hoặc máy chế biến thực phẩm có gắn lưỡi kim loại.
b) Làm đông lạnh trong máy làm kem, làm theo hướng dẫn của nhà sản xuất.

87. Sorbet Calvados

THÀNH PHẦN:
- 1 ¾ cốc cộng với 2 thìa Calvados
- 3 muỗng canh xi-rô đơn giản

HƯỚNG DẪN:

a) Đun nóng 1 ½ cốc Calvados trong chảo trên lửa vừa cho đến khi ấm.

b) Tắt lửa, đứng lùi lại và chạm que diêm đang cháy vào Calvados.

c) Để lửa cho đến khi ngọn lửa tắt, khoảng 8 phút. Khuấy 6 muỗng canh còn lại.

d) Calvados và xi-rô đơn giản

e) Đổ hỗn hợp vào tô của máy làm kem và để đông. Hãy làm theo hướng dẫn sử dụng của nhà sản xuất. 30 phút.

Sorbet rau củ

88. Sorbet củ cải đường

THÀNH PHẦN:
- 1 pound củ cải đường
- 5 cốc nước
- 2 ½ muỗng cà phê giấm trắng
- 2 thìa nước cốt chanh tươi
- ¾ thìa cà phê tinh thể axit citric (muối chua) ½ đến ¾ cốc đường
- 2 ¼ thìa cà phê muối Kem chua Thì là xắt nhỏ

HƯỚNG DẪN:
a) Rửa và chà kỹ củ cải. Cắt bỏ tất cả trừ 1 inch thân cây.
b) Cho củ cải vào nồi cùng với nước. Đặt trên lửa cao và đun sôi.
c) Đậy nắp chảo, giảm nhiệt xuống mức sôi thấp và nấu trong 20 đến 40 phút hoặc cho đến khi có thể xiên củ cải bằng xiên.
d) Đặt sang một bên để làm mát một chút.
e) Lọc củ cải qua lưới lọc mịn vào chảo. Dự trữ củ cải cho mục đích sử dụng khác.
f) Đo chất lỏng và thêm nước vừa đủ để làm 4 cốc. Trong khi chất lỏng vẫn còn nóng, thêm giấm, nước cốt chanh, axit xitric, đường và muối. Khuấy để hòa tan.
g) Hương vị và gia vị chính xác nếu cần thiết. Hiệu ứng sẽ có vị ngọt và chua.
h) Làm nguội borscht thật kỹ. Đổ vào tô của máy và đông lạnh.
i) Trang trí với một ít kem chua và rắc thì là tươi.

89. Sorbet cà chua và húng quế

THÀNH PHẦN:
- 5 quả cà chua chín tươi
- ½ cốc nước cốt chanh tươi
- 1 thìa cà phê muối
- ½ cốc xi-rô đơn giản
- 1 muỗng canh bột cà chua
- 6 lá húng quế tươi, thái nhỏ

HƯỚNG DẪN:
a) Gọt vỏ, bỏ lõi và bỏ hạt cà chua.
b) Nghiền chúng trong máy xay thực phẩm, bạn sẽ có khoảng 3 cốc xay nhuyễn.
c) Khuấy trong các thành phần còn lại
d) Đổ hỗn hợp vào tô của máy làm kem và để đông.
e) Hãy làm theo hướng dẫn sử dụng của nhà sản xuất.

90. Sorbet dưa chuột chanh với Serrano Chile

THÀNH PHẦN:

- 2 cốc nước
- 1 cốc đường
- 2 muỗng canh xi-rô ngô nhẹ
- 2 quả ớt serrano hoặc jalapeño, bỏ cuống và bỏ hạt
- 1 thìa cà phê muối kosher
- 2 pound dưa chuột, gọt vỏ, bỏ hạt và cắt thành khối lớn
- ⅔ cốc nước cốt chanh mới vắt

HƯỚNG DẪN:

a) Trong một cái chảo nhỏ, trộn 1 cốc nước và đường. Đun sôi trên lửa vừa, khuấy đều để hòa tan đường. Tắt bếp, cho xi-rô ngô vào khuấy đều và để nguội.

b) Trong máy xay sinh tố, kết hợp 1 cốc nước còn lại, ớt, muối và xay nhuyễn cho đến khi không còn khối nào nhìn thấy được. Đổ hỗn hợp qua lưới lọc mịn đặt trên một cái bát.

c) Cho nước ớt đã lọc vào máy xay, thêm dưa chuột vào và xay cho đến khi mịn.

d) Đổ hỗn hợp qua lưới lọc mịn đặt trên bát. Khuấy nước cốt chanh và xi-rô đường. Đậy nắp và để lạnh cho đến khi lạnh, ít nhất 4 giờ hoặc tối đa 8 giờ.

e) Làm đông lạnh và khuấy trong máy làm kem theo hướng dẫn của nhà sản xuất. Để có độ đặc mềm, hãy dùng kem hấp ngay lập tức; để có độ đặc chắc hơn, hãy chuyển nó vào hộp đựng, đậy nắp và để nó cứng lại trong tủ đông từ 2 đến 3 giờ.

91. Sorbet dâu đậu đỏ

THÀNH PHẦN:
- Một lon đậu đỏ ngọt 18 ounce
- 1 ly nước
- 1 ½ cốc xi-rô đơn giản

HƯỚNG DẪN:

a) Cho bột đậu và nước vào máy xay thực phẩm và xay nhuyễn cho đến khi mịn. Khuấy xi-rô đơn giản.

b) Đổ hỗn hợp vào tô của máy làm kem và để đông. Hãy làm theo hướng dẫn sử dụng của nhà sản xuất.

92. Sorbet ngô và cacao

THÀNH PHẦN:

- ½ cốc masa harina
- 2½ cốc nước, cộng thêm nếu cần
- 1 cốc đường
- ½ cốc bột ca cao chế biến theo phương pháp Hà Lan không đường
- Một chút muối kosher
- ¾ thìa cà phê quế Mexico xay
- 5 ounce sôcôla đắng hoặc nửa ngọt, thái nhỏ

HƯỚNG DẪN:

a) Trong một cái bát, trộn masa harina với ½ cốc nước.

b) Trộn đều tay cho đến khi thu được khối bột đồng nhất. Nếu cảm thấy hơi khô, hãy trộn thêm vài thìa nước và đặt sang một bên.

c) Trong một cái chảo lớn, trộn 2 cốc nước còn lại với đường, bột ca cao và muối. Đun sôi trên lửa vừa, khuấy liên tục để làm tan đường.

d) Thêm hỗn hợp masa vào, đun sôi lại và nấu, khuấy liên tục cho đến khi hỗn hợp hòa quyện và không còn vón cục, khoảng 3 phút. Đánh đều quế và sô cô la cho đến khi sô cô la tan chảy. Chuyển đế vào tô, đậy nắp và để lạnh cho đến khi lạnh, khoảng 2 giờ.

e) Đánh đều phần đế để kết hợp lại. Làm đông lạnh và khuấy trong máy làm kem theo hướng dẫn của nhà sản xuất. Để có độ đặc mềm, hãy dùng kem hấp ngay lập tức; để có độ đặc chắc hơn, hãy chuyển nó vào hộp đựng, đậy nắp và đông lạnh không quá 1 giờ trước khi dùng.

93. Sorbet dưa chuột bạc hà

THÀNH PHẦN:
- 2 quả dưa chuột lớn
- ½ chén lá bạc hà tươi
- ¼ cốc đường
- 2 thìa nước cốt chanh
- Chút muối

HƯỚNG DẪN:

a) Gọt vỏ và thái hạt lựu dưa chuột.

b) Trong máy xay sinh tố hoặc máy chế biến thực phẩm, trộn dưa chuột thái hạt lựu, lá bạc hà, đường, nước cốt chanh và muối. Xay đến khi mịn.

c) Lọc hỗn hợp qua rây mịn để loại bỏ chất rắn.

d) Đổ hỗn hợp đã lọc vào máy làm kem và khuấy theo hướng dẫn của nhà sản xuất.

e) Sau khi khuấy, chuyển kem vào hộp có nắp đậy và đông lạnh trong vài giờ để cứng lại.

f) Phục vụ kem bạc hà dưa chuột trong bát hoặc ly ướp lạnh như một món ăn giải khát và làm mát.

94. Sorbet ớt đỏ nướng

THÀNH PHẦN:
- 2 quả ớt chuông đỏ lớn
- ¼ cốc đường
- 2 thìa nước cốt chanh
- Chút muối
- Một chút ớt cayenne (tùy chọn cho món ăn cay)

HƯỚNG DẪN:
a) Làm nóng lò ở nhiệt độ 400°F (200°C).
b) Cắt ớt chuông đỏ làm đôi, loại bỏ hạt và màng.
c) Đặt nửa quả tiêu lên khay nướng, cắt mặt xuống.
d) Nướng ớt trong lò khoảng 25-30 phút hoặc cho đến khi vỏ ớt cháy thành than và phồng rộp.
e) Lấy ớt ra khỏi lò và để nguội. Sau khi đủ nguội để xử lý, hãy lột da.
f) Trong máy xay sinh tố hoặc máy chế biến thực phẩm, kết hợp ớt đỏ rang, đường, nước cốt chanh, muối và ớt cayenne (nếu sử dụng). Xay đến khi mịn.
g) Lọc hỗn hợp qua rây mịn để loại bỏ chất rắn.
h) Đổ hỗn hợp đã lọc vào máy làm kem và khuấy theo hướng dẫn của nhà sản xuất.
i) Sau khi khuấy, chuyển kem vào hộp có nắp đậy và đông lạnh trong vài giờ để cứng lại.
j) Phục vụ món kem ớt đỏ nướng trong bát hoặc ly ướp lạnh như một món khai vị hoặc món tráng miệng độc đáo và đầy hương vị.

95. Sorbet củ cải và cam

THÀNH PHẦN:

- 2 củ cải vừa, nấu chín và gọt vỏ
- Vỏ và nước ép của 2 quả cam
- $\frac{1}{4}$ cốc đường
- 2 thìa nước cốt chanh
- Chút muối

HƯỚNG DẪN:

a) Cắt củ cải đã nấu chín và gọt vỏ thành từng miếng.

b) Trong máy xay sinh tố hoặc máy chế biến thực phẩm, trộn các miếng củ cải đường, vỏ cam, nước cam, đường, nước cốt chanh và muối. Xay đến khi mịn.

c) Lọc hỗn hợp qua rây mịn để loại bỏ chất rắn.

d) Đổ hỗn hợp đã lọc vào máy làm kem và khuấy theo hướng dẫn của nhà sản xuất.

e) Sau khi khuấy, chuyển kem vào hộp có nắp đậy và đông lạnh trong vài giờ để cứng lại.

f) Phục vụ củ cải đường và kem cam trong bát hoặc ly ướp lạnh để có một món tráng miệng sôi động và thơm ngon.

Súp Sorbet

96. Sorbet Gazpacho

THÀNH PHẦN:
- 2 ½ cốc Gazpacho ướp lạnh
- 2 thìa nước cốt chanh tươi
- 1 thìa cà phê muối
- 1 ly nước
- 1 cốc nước ép cà chua
- ¼ thìa cà phê Tabasco
- 4 hạt tiêu đen tươi xay

HƯỚNG DẪN:
a) Trộn tất cả nguyên liệu, điều chỉnh gia vị cho vừa miệng.

b) Lọc hỗn hợp và dự trữ các khối rau.

c) Đổ chất lỏng vào tô của máy và sau khi đông lạnh trong 10 phút, cho rau đã để sẵn vào khuấy đều và đông lạnh cho đến khi cứng lại.

97. Súp gà và kem thì là

THÀNH PHẦN:
- 1 lít nước luộc gà tự làm đậm đà
- 2 thìa thì là tươi đóng gói chặt, thái nhỏ
- 2 đến 4 muỗng canh nước cốt chanh tươi
- Muối và hạt tiêu mới xay cho vừa ăn

HƯỚNG DẪN:
a) Cho tất cả nguyên liệu vào tô của máy làm kem và đông lạnh.

98. Sorbet cà rốt gừng

THÀNH PHẦN:
- 4 củ cà rốt lớn
- Miếng gừng tươi 1 inch, gọt vỏ
- $\frac{1}{2}$ cốc đường
- $\frac{1}{4}$ cốc nước
- 2 thìa nước cốt chanh

HƯỚNG DẪN:
a) Gọt vỏ và cắt cà rốt thành từng miếng nhỏ.
b) Trong máy xay sinh tố hoặc máy chế biến thực phẩm, trộn cà rốt cắt nhỏ, gừng tươi, đường, nước và nước cốt chanh. Xay đến khi mịn.
c) Lọc hỗn hợp qua rây mịn để loại bỏ chất rắn.
d) Đổ hỗn hợp đã lọc vào máy làm kem và khuấy theo hướng dẫn của nhà sản xuất.
e) Sau khi khuấy, chuyển kem vào hộp có nắp đậy và đông lạnh trong vài giờ để cứng lại.
f) Phục vụ món kem gừng cà rốt trong bát hoặc ly ướp lạnh để có một cảm giác sảng khoái và sảng khoái trong vòm miệng.

99. Nước sốt nấm

THÀNH PHẦN:
- 8 ounce nấm cremini hoặc nấm nút, xắt nhỏ
- 4 chén nước luộc rau
- 2 tép tỏi, băm nhỏ
- 2 muỗng canh nước tương
- 1 thìa nước cốt chanh
- 1 thìa cà phê đường
- ½ muỗng cà phê muối
- ¼ thìa cà phê tiêu đen

HƯỚNG DẪN:

a) Trong một cái chảo, trộn nấm, nước luộc rau, tỏi băm, nước tương, nước cốt chanh, đường, muối và tiêu đen. Đun sôi hỗn hợp trên lửa vừa.

b) Giảm nhiệt và để hỗn hợp sôi trong khoảng 20 phút, để hương vị ngấm.

c) Tắt bếp và để hỗn hợp nguội đến nhiệt độ phòng.

d) Lọc hỗn hợp qua rây mịn để loại bỏ chất rắn và đảm bảo hỗn hợp mịn.

e) Đổ nước dùng đã lọc vào máy làm kem và khuấy theo hướng dẫn của nhà sản xuất.

f) Sau khi khuấy, chuyển kem vào hộp có nắp đậy và đông lạnh trong vài giờ để cứng lại.

g) Phục vụ nước sốt nấm trong bát hoặc ly ướp lạnh như một món khai vị thơm ngon và sảng khoái hoặc chất tẩy rửa vòm miệng.

100. Sorbet dưa chuột dưa hấu

THÀNH PHẦN:

- 4 cốc dưa hấu, bỏ hạt và cắt khối
- 1 quả dưa chuột, gọt vỏ và thái hạt lựu
- $\frac{1}{4}$ cốc đường
- 2 thìa nước cốt chanh
- Lá bạc hà để trang trí (tùy chọn)

HƯỚNG DẪN:

a) Trong máy xay sinh tố hoặc máy chế biến thực phẩm, trộn các khối dưa hấu, dưa chuột thái hạt lựu, đường và nước cốt chanh. Xay đến khi mịn.

b) Lọc hỗn hợp qua rây mịn để loại bỏ chất rắn.

c) Đổ hỗn hợp đã lọc vào máy làm kem và khuấy theo hướng dẫn của nhà sản xuất.

d) Sau khi khuấy, chuyển kem vào hộp có nắp đậy và đông lạnh trong vài giờ để cứng lại.

e) Phục vụ món kem dưa chuột dưa hấu trong bát hoặc ly ướp lạnh. Trang trí bằng lá bạc hà tươi nếu muốn để tăng thêm hương vị tươi mát.

PHẦN KẾT LUẬN

Chúng tôi hy vọng bạn thích khám phá thế giới kem hấp thông qua "KEM TRÁI CÂY: CÔNG THỨC LÀM MỚI CHO MÓN NGON ĐÔNG LẠNH". Chúng tôi thiết kế cuốn sách nấu ăn này để truyền cảm hứng cho sự sáng tạo của bạn và khuyến khích bạn thử nghiệm các hương vị, kết cấu và cách trình bày để tạo ra những loại kem thực sự làm thỏa mãn các giác quan. Từ sự kết hợp trái cây cổ điển cho đến những cách chế biến độc đáo và lạ miệng, các công thức nấu ăn được chia sẻ trong sách dạy nấu ăn này mang đến nhiều lựa chọn đa dạng cho mọi khẩu vị. Cho dù bạn thích vị thơm của cam quýt, vị ngọt của quả mọng hay sự tinh tế của các loại thảo mộc và gia vị, kem hấp đều có khả năng vô tận. Vì vậy, hãy lấy máy làm kem của bạn, thu thập các nguyên liệu yêu thích của bạn và để trí tưởng tượng của bạn được phát huy khi bạn tiếp tục khám phá thế giới kem hấp tự chế. Cầu mong mỗi muỗng đông lạnh sẽ mang lại cho bạn niềm vui, sự sảng khoái và một chút ngọt ngào cho cuộc sống của bạn. Chúc mừng nhiều cuộc phiêu lưu đông lạnh ngon miệng!

www.ingramcontent.com/pod-product-compliance
Lightning Source LLC
LaVergne TN
LVHW021709060526
838200LV00050B/2568